ഗീതാഞ്ജലി

geethanjali

•

rabindranatha tagore

•

translation
n p chandrasekharan

•

first edition
march 2019

•

typesetting & published
chintha publishers, thiruvananthapuram

•

cover
ambish

വിതരണം

ദേശാഭിമാനി ബുക്ക് ഹൗസ്

H O തിരുവനന്തപുരം-695 035
phone: 0471-2303026, 6063026
www.chinthapublishers.com
chinthapublishers@gmail.com

ബ്രാഞ്ചുകൾ

ഹെഡ്ഡാഫീസ് ബ്രാഞ്ച് കുന്നുകുഴി • സ്റ്റാച്യു തിരുവനന്തപുരം • കെ എസ് ആർ ടി സി ബസ് സ്റ്റേഷൻ ആലപ്പുഴ • കെ എസ് ആർ ടി സി ബസ് സ്റ്റേഷൻ എറണാകുളം • മച്ചിങ്ങൽ ലെയ്ൻ തൃശൂർ • ഐ ജി റോഡ് കോഴിക്കോട് • മാവൂർ റോഡ് കോഴിക്കോട് • എൻ ജി ഒ യൂണിയൻ ബിൽഡിങ് കണ്ണൂർ • സെൻട്രൽ ബസ് ടെർമിനൽ കോംപ്ലക്സ് താവക്കര കണ്ണൂർ

CO - 2750 / 4944
ISBN - 978-93-88485-23-4

ഗീതാഞ്ജലി

(കവിത)

രവീന്ദ്രനാഥ ടാഗോർ

പരിഭാഷ:

എൻ പി ചന്ദ്രശേഖരൻ

ചിന്ത പബ്ലിഷേഴ്സ്
തിരുവനന്തപുരം-695 035

എൻ പി ചന്ദ്രശേഖരൻ

ഇന്ത്യൻ കോഫീഹൗസിന്റെ സ്ഥാപകനേതാവ് പരേതനായ എൻ എസ് പരമേശ്വരൻപിള്ളയുടെയും കെ എൻ ലളിതമ്മയുടെയും മകൻ.

മാധ്യമപ്രവർത്തകൻ. കൈരളി ടി വിയിൽ ന്യൂസ് ആന്റ് കറന്റ് അഫയേഴ്സ് ഡയറക്ടർ.

തൃശൂർ സ്വദേശി. തൃശൂർ നമ്പൂതിരി വിദ്യാലയം, സി എം എസ് ഹൈസ്കൂൾ, സെന്റ് തോമസ് കോളേജ്, ശ്രീ കേരള വർമ്മ കോളേജ് എന്നിവിടങ്ങളിൽ വിദ്യാഭ്യാസം. മലയാളത്തിൽ ഗവേഷണ ബിരുദധാരി.

പച്ചവറ്റുമ്പൊഴും, മറവിതൻ ഓർമ്മ (കവിതാസമാഹാരങ്ങൾ), *നീ തൊട്ടു, ഞാൻ തീനാമ്പായ്-സാഫോയുടെ കവിതകൾ, പാബ്ലോ നെരൂദയുടെ പ്രണയകവിതകൾ* (കവിതാപരിഭാഷകൾ), *ഗീതങ്ങളുടെ ഗീതം-ശോശന്നയുടേത്* (ഉത്തമഗീതത്തിന്റെ പുനരാഖ്യാനം) എന്നിവ മുഖ്യകാവ്യരചനകൾ.

കണ്ണൂർ കവി മണ്ഡലത്തിന്റെ അയ്യപ്പപ്പണിക്കർ സ്മാരക കവിതാ പുരസ്കാരം (2007), രാഷ്ട്രകവി എം ഗോവിന്ദപ്പൈ സ്മാരക തുളുനാട് കവിതാപുരസ്കാരം (2008), ജനകീയ കവിതാ വേദിയുടെ പുനലൂർ ബാലൻ സ്മാരക കവിതാ പുരസ്കാരം (2017) എന്നിവ നേടി.

ഭാര്യ : കെ ഗിരിജ
മകൾ : മീര സി
ഫോൺ : 9447060178
ഇ മെയിൽ: npc@kairalitv.in
വിലാസം : ഋതുഹാരം, കാഞ്ഞിരംപാറ പി ഒ
തിരുവനന്തപുരം 690 630

പ്രസാധകക്കുറിപ്പ്

ഇന്ത്യയുടെ അഭിമാനഗീതകമാണ് ടാഗോറിന്റെ *ഗീതാഞ്ജലി*. സമഭാവനയുടെയും സാഹോദര്യത്തിന്റെയും മുത്തുകൾ പൊഴിയുന്ന ഈ കൃതിയുടെ മലയാള പരിഭാഷ ഇതാദ്യമല്ല. പക്ഷേ, കവിയും പത്രപ്രവർത്തകനും പരിഭാഷകനുമായ എൻ പി ചന്ദ്രശേഖരന്റെ *ഗീതാഞ്ജലി* പരിഭാഷ പുതിയ കാലത്തിന്റെ ഭാഷാനുഭവത്തെയും സംവാദമണ്ഡലത്തെയും അഭിമുഖീകരിക്കുന്നുണ്ട്. സങ്കുചിത ദേശീയതയിൽനിന്ന് വിശ്വമാനവികതയിലൂടെ വിശാലമാകുന്ന വാക്കുകളെ നാം ഇവിടെ കണ്ടുമുട്ടുന്നു. അഭിമാനപൂർവ്വം ഗീതാഞ്ജലിയുടെ ഈ മലയാള മൊഴിമാറ്റം ഞങ്ങൾ പ്രസിദ്ധീകരിക്കുന്നു.

ചിന്ത പബ്ലിഷേഴ്സ്

എത്ര മനോഹരമാകുന്നു നിൻ
ഗാനാവിഷ്കൃതി, ദേവാ!
അത്ഭുതപരവശനായതു കേൾക്കുക
മാത്രം ഞാൻ ചെയ്യുന്നു.

പ്രണാമം

മലയാളത്തിന്റെ ഗീതാഞ്ജലീഗായകർ
മഹാകവി ജി, കെ സി പിള്ള,
ഡോ. വി എസ് ശർമ്മ, ഏറ്റുമാനൂർ സോമദാസൻ
തുടങ്ങിയവർക്ക്

‘എവിടെ, മനം ഭയശൂന്യം
എവിടെ, ശീർഷം അനീതം
എവിടെ, സ്വതന്ത്രം ജ്ഞാനം...

...ആ സ്വാതന്ത്ര്യസ്വർഗ്ഗം
കണികാണുന്നതിനായി...’

രാഷ്ട്രീയ വായന-
ഗീതാഞ്ജലിക്കും ടാഗോറിനും

പ്രൊഫ. വി എൻ മുരളി

എൻ പി ചന്ദ്രശേഖരന്റെ *ഗീതാഞ്ജലി* വിവർത്തനം പുറത്തുവരുന്ന സമയം പ്രധാനമാണ്. പകയും വിദ്വേഷവും പ്രചരിപ്പിക്കുന്ന കപടമായ ആത്മീയതയുടെ കടുത്ത പ്രചാരണരീതികൾ ഇന്ത്യയെത്തന്നെ കീറി മുറിക്കുന്നതാണ് നമ്മൾ കാണുന്നത്. ഈ സന്ദർഭത്തിൽ ഇന്ത്യൻ ആത്മീയതയുടെ മതനിരപേക്ഷസ്വഭാവം ഉൾക്കൊള്ളുന്ന ഗീതാഞ്ജലിയെ അതിന്റെ സമ്പൂർണ്ണാർത്ഥത്തിൽ മനസ്സിലാക്കാൻ എൻ പി ചന്ദ്രശേഖരന്റെ വിവർത്തനം നമ്മെ ഏറെ സഹായിക്കുന്നു.

ബംഗാൾ നവോത്ഥാനത്തിന്റെ സൃഷ്ടിയാണ് ടാഗോർ സാഹിത്യം. രാജാറാം മോഹൻ റോയിയുടെ സഹപ്രവർത്തകനായിരുന്നു ടാഗോറിന്റെ മുത്തച്ഛൻ. ബ്രഹ്മസമാജം സ്ഥാപിക്കുന്നതിനും ബംഗാളി ഭാഷയെ വളർത്തിയെടുക്കുന്നതിനും രാജാറാംമോഹൻറോയിയോടൊപ്പം അദ്ദേഹം പ്രവർത്തിച്ചു. അങ്ങനെ ടാഗോർ കുടുംബം ഒന്നടങ്കം ബ്രഹ്മസമാജക്കാരായിത്തീർന്നു. ഹിന്ദുമതത്തിലെ അനാചാരങ്ങളെ എതിർക്കുക മാത്രമല്ല, വിഗ്രഹാരാധനയെയും അതിനോടുബന്ധപ്പെട്ട ജീവിതരീതിയെയും ബ്രഹ്മസമാജക്കാരായ ടാഗോർ കുടുംബം നിരസിക്കുകയുണ്ടായി. എല്ലാ മതക്കാർക്കും പ്രചോദനം നല്കുന്നതാണ് ബ്രഹ്മസമാജം. അതുകൊണ്ട് സർവ്വമതസാരവും ഏകം എന്ന അദ്വൈതചിന്തയുടേതായിരുന്നു ടാഗോറിന്റെ ആശയലോകം. ക്ഷേത്രകേന്ദ്രിത ഭക്തിയെ നിരസിക്കുകയും ശരീരത്തെ ക്ഷേത്രമായി സങ്കല്പിച്ച് ആത്മീയചൈതന്യത്തെ പ്രതിഷ്ഠിക്കുകയുമാണ് ടാഗോർ ചെയ്തത്. നീയും ഞാനും വിശ്വവും ഒന്നായിരിക്കുന്ന ഒരു സാർവ്വദേശീയവീക്ഷണമാണ് അദ്ദേഹം അവതരിപ്പിച്ചത്. എല്ലാ അഹങ്കാരങ്ങളും അസഹിഷ്ണുതയും കെട്ടടങ്ങി മനസ്സും അന്തഃകരണവും ശുദ്ധമായിത്തീരുന്ന ഒരവസ്ഥ *ഗീതാഞ്ജലി*

യിൽ നമുക്കു കാണാൻ കഴിയും. സർവ്വമതസമഭാവനയുടെയും സാഹോദര്യത്തിന്റെയും ഒരു ലോകത്തെക്കുറിച്ചു ചിന്തിക്കാൻ പ്രത്യേകമായ പ്രേരണ ഈ കൃതി നമുക്കു നല്കുന്നു.

ഇന്ത്യൻ വർഗ്ഗീയവാദികൾക്ക് അടുക്കാനാകാത്ത കാവ്യ വ്യക്തിത്വമാണ് ടാഗോർ. സങ്കുചിത ദേശീയവാദവും വംശീയതയും വിഭാഗീയതയും രാഷ്ട്ര പ്രത്യയശാസ്ത്രമായി പ്രചരിപ്പിക്കുന്ന കൂട്ടർക്ക് ടാഗോറിന്റെ വിശ്വമാനവികതാവാദവും മതനിരപേക്ഷ കാഴ്ചപ്പാടും ഗാന്ധിജിയുടെ ദേശീയവാദത്തെപ്പോലും നിരസിച്ചുകൊണ്ടുള്ള സാർവ്വദേശീയ മാനവികതാവാദവും ഒരിക്കലും ഉൾക്കൊള്ളാനാവില്ല. മാനവികതയെ ദേശാതിർത്തികൾക്കുള്ളിൽ തളച്ചിടാതെ വിശ്വപ്രേമത്തിൽ കണ്ണിചേർക്കുന്ന ടാഗോറിന്റെ ആത്മീയമായ മാനവികതാവാദം എല്ലാവിധത്തിലുമുള്ള മതാന്ധതകൾക്കും മതരാഷ്ട്രവാദങ്ങൾക്കും എതിരാണ്. ദൈവികതയുടെയും മതപരമായ ആത്മീയതയുടെയും അപ്പോസ്തലന്മാരായി മതരാഷ്ട്ര നിർമ്മാണത്തിനിറങ്ങിപ്പുറപ്പെട്ടിരിക്കുന്നവർക്ക് സ്വീകാര്യമാകുന്ന നിലപാടുകളല്ല *ഗീതാഞ്ജലി*യിലുള്ളത്. ടാഗോറിന്റെ ആത്മീയത മതനിരപേക്ഷവും മനുഷ്യ സാഹോദര്യത്തിലും സമത്വത്തിലും അധിഷ്ഠിതവും സീമാതീതവുമായ കാഴ്ചപ്പാടാണ്. ഉപനിഷത്തിലെ ബ്രഹ്മസങ്കല്പമാണ് ടാഗോർ ദർശനത്തിന്റെ അടിത്തറ.

ഹിറ്റ്ലറുടെയും മുസ്സോളിനിയുടെയും ഫാസിസത്തെ നഖശിഖാന്തം എതിർത്ത ഭാരതീയകവിയാണ് ടാഗോർ. സ്വാതന്ത്ര്യസമരവും ഫാസിസ്റ്റുവിരുദ്ധസമരവും ഒന്നിച്ചു കൊണ്ടുപോയ അഖില ഭാരതീയ പുരോഗമന സാഹിത്യപ്രസ്ഥാനത്തിന്റെ ഉറച്ച പിന്തുണക്കാരനായിരുന്നു അദ്ദേഹം. 1936 ൽ ലഖ്നൗവിൽ നടന്ന പുരോഗമനസാഹിത്യപ്രസ്ഥാനത്തിന്റെ ആദ്യ സമ്മേളനത്തിന് പിന്തുണ പ്രഖ്യാപിക്കുകയും കല്ക്കത്തയിൽ നടന്ന രണ്ടാം സമ്മേളനത്തിൽ ഭാഗഭാക്കാകുകയും ചെയ്തു അദ്ദേഹം. അതുകൊണ്ടുതന്നെ ടാഗോറിന്റെ കാവ്യലോകവും ചിന്താലോകവും മനുഷ്യപക്ഷത്തു നില്ക്കുന്നവർക്ക് എന്നും പ്രചോദകമാണ്. ടാഗോറിന്റെ രചനകൾ ഇന്നും വായനക്കാരെ ആകർഷിക്കുന്നത് ആത്മീയതാല്പര്യം എന്നതിനുപരി അവയിലെ മനുഷ്യപക്ഷ നിലപാടുകളോടുള്ള ആഭിമുഖ്യം കൊണ്ടുകൂടിയാണ്. അതുകൊണ്ടുതന്നെ 1910 ൽ ബംഗാളിയിൽ പ്രസിദ്ധീകരിച്ച *ഗീതാഞ്ജലി*ക്ക് ഇംഗ്ലീഷിലുൾപ്പെടെ ലോകഭാഷകളിൽ ആയിരക്കണക്കിന് തർജ്ജമകൾ ഉണ്ടായി. ടാഗോർ തന്നെ 1912 ൽ ഗീതാഞ്ജലി ഇംഗ്ലീഷിലേക്ക് മൊഴിമാറ്റം ചെയ്തു. മറ്റു ഭാഷകളിലെ ഭൂരിഭാഗം വിവർത്തനങ്ങൾക്കും പ്രേരകമായത് ഈ ഇംഗ്ലീഷ്പരിഭാഷയാണ്. ബംഗാളി ഭാഷയിലെ കാവ്യസൗന്ദര്യം അതേ രീതിയിൽ ഒരു പരിധിവരെ നിലനിർത്താൻമാത്രമേ തനിക്ക് കഴിഞ്ഞിട്ടുള്ളൂവെന്ന് ടാഗോർ പറയുന്നുണ്ട്. അപ്പോൾപ്പിന്നെ മറ്റുഭാഷകളിലെ തർജ്ജമകളുടെ കാര്യം ഊഹിക്കാവുന്നതേ ഉള്ളൂ. എങ്കിലും കവിയായ ചന്ദ്രശേഖരൻ തന്റെ കാവ്യഭാവുകത്വംകൊണ്ടാണ് ടാഗോറിന്റെ കാവ്യലോകത്ത് പ്രവേശിച്ചി

രിക്കുന്നതെന്ന് ഇതിലെ ഓരോ ഗീതകവും വായിക്കുമ്പോൾ നമുക്ക് മനസ്സിലാകും.

ഗീതാഞ്ജലി എന്നത് ഗീതങ്ങൾകൊണ്ടുള്ള അഞ്ജലിയാണ്. നിർഗ്ഗുണമായി നില്ക്കുന്ന പ്രപഞ്ചശക്തിയെ അഭിസംബോധന ചെയ്തു കൊണ്ടുള്ള ഒരുതരം സ്വഗതാഖ്യാനമാണ്. 1905 ലെ ബംഗാൾ വിഭജനം ബംഗാളിൽ ഹിന്ദു-മുസ്ലീം വർഗ്ഗീയതയ്ക്ക് തിരികൊളുത്തി. ഹിന്ദുമത യാഥാസ്ഥിതികർ രാഷ്ട്രീയമായ ശക്തി സംഭരിക്കാൻ ഹിന്ദുമതവർഗ്ഗീയതയെ ഉപയോഗിച്ചു. ടാഗോർ സ്വരചനകളിലൂടെ അതിനെ നേരിടുകയാണ്. ആത്മീയമായ സ്വാതന്ത്ര്യവും സാർവ്വദേശീയമായ വിശ്വമാനവികതയും അദ്ദേഹം ഉയർത്തിപ്പിടിച്ചത് ഈ ഒരവസ്ഥയിലാണ്. ഒരുതരത്തിൽ പറഞ്ഞാൽ ഇന്ത്യൻ സാഹിത്യത്തിലെ വിമോചനദൈവശാസ്ത്രകാരനാണ് മഹാകവി ടാഗോർ, അദ്ദേഹത്തിന്റെ നാടകങ്ങളും കഥകളും നോവലുകളും ഭൗതികമായ മനുഷ്യജീവിതങ്ങളെയാണ് ആവിഷ്കരിക്കുന്നത്. ഇന്ത്യൻ സ്വാതന്ത്ര്യസമരവും മനുഷ്യവിമോചനകാംക്ഷയും അദ്ദേഹത്തിന്റെ രചനകളിൽ നിറഞ്ഞുനില്ക്കുന്നു. ഭൗതികമായ വിഭാഗീയതകളിൽ കുടുങ്ങി ആത്മോല്ക്കർഷണത്തെ കെടുത്തിക്കളയരുതെന്ന നിർദ്ദേശമാണ് *ഗീതാഞ്ജലി*യിലൂടെ ടാഗോർ നല്കുന്നത്.

ഗീതാഞ്ജലി വായിക്കുന്ന ആരെയും അതിന്റെ മാസ്മരികമായ ഭാവശക്തി പ്രലോഭിപ്പിക്കും. യുക്തിവാദിക്കുപോലും മതനിരപേക്ഷവും ദൈവസങ്കല്പ നിരപേക്ഷവുമായ ഒരു ആത്മീയാനുഭൂതി നല്കുന്ന രചനയാണ് *ഗീതാഞ്ജലി.* ഇടതുപക്ഷകവിയായ എൻ പി ചന്ദ്രശേഖരൻ *ഗീതാഞ്ജലി*യെ വിവർത്തനത്തിനെടുത്തിരിക്കുന്നത് ഈയൊരു മാനത്തിലാണ്.

ഫാസിസം ഭൗതികമായ അടിമത്തം മാത്രമല്ല. ഒരു ജനതയുടെ ആത്മശക്തിയെത്തന്നെ കെടുത്തിക്കളയുന്നതാണ് അതിന്റെ സ്വഭാവം. ഫാസിസത്തിന്റെ പൊടിക്കാറ്റ് വീശിത്തുടങ്ങിയിരിക്കുന്ന ഇക്കാലത്ത് സ്വാതന്ത്ര്യഗീതമായി നിലകൊള്ളുന്ന *ഗീതാഞ്ജലി*യുടെ തർജ്ജമ എന്തു കൊണ്ടും അവസരോചിതമായി. ഇന്ത്യൻ മനസ്സുകളിൽ ഭയവും ജാഡ്യവും അരിച്ചിറങ്ങുമ്പോൾ ടാഗോറിന്റെ വാക്കുകൾ ഒരു ദീപസ്തംഭമായി നമുക്ക് വഴി കാട്ടുന്നു.

'വിവർത്തനത്തിൽ ചോർന്നുപോകുന്നതെന്തോ അതാണു കവിത' എന്ന ചൊല്ല് കവിത വിവർത്തനക്ഷമമല്ല എന്ന് സ്ഥാപിക്കുന്നുണ്ട്. എന്നാൽ എൻ പി ചന്ദ്രശേഖരൻ ടാഗോറിന്റെ ഭാവസാന്ദ്രമായ കാവ്യലോകത്തോട് നീതി പുലർത്തിയിരിക്കുന്നുവെന്ന് ഇതിലെ ഓരോ കവിതയും സാക്ഷ്യപ്പെടുത്തുന്നുണ്ട്. ഏറെ പ്രസിദ്ധമായ ഒരു ഭാഗം മാത്രം ഇവിടെ ചൂണ്ടിക്കാണിക്കട്ടെ:

Where the mind is without fear and the head is held high;
Where knowledge is free;
Where the world has not seen broken up into fragments

By narrow domestic walls;
Where words come out from the depth of truth;
Where tireless striving stretches its arms towards perfection;
Where the clear stream of reason has not lost its way
Into the dreary desert sand of dead habit;
Where the mind is led forward by thee
Into ever-widening thought and action;
Into that heaven of freedom, my Father, let my country awake!

ഏറെ പ്രസിദ്ധമായ ഈ ഗീതകം അതിന്റെ സാരാംശം ചോർന്നു പോകാതെ എൻ പി ചന്ദ്രശേഖരൻ തർജ്ജമ ചെയ്തിരിക്കുന്നു:

"എവിടെ, മനം ഭയശൂന്യം
എവിടെ, ശീർഷം അനീതം
എവിടെ, സ്വതന്ത്രം ജ്ഞാനം...

എവിടെ, ഗൃഹഭിത്തികളാൽ
വിഭജിതമായി ഭുവനം
ലീലാങ്കണപരിധികളിൽ
രാവും പകലും തടവിൽ
വീണുകിടക്കാതുള്ളൂ...

എവിടെ, ഹൃദന്തത്തിന്റെ
ഉള്ളിന്നുള്ളിൽനിന്നും
വാക്കുകൾ ശങ്കാഹീനം
ചിറകുവിരിക്കുന്നേടം...

എവിടെ, ദിക്കുകൾ തോറും
എവിടെ, നാടുകൾ തോറും
കർമ്മത്തിന്റെ പ്രവാഹം
സഹസ്രസവേണിയായി
നിർവിഘ്നം പടരുന്നൂ...

എവിടെ, ദുരാചാരത്തിൻ
മരുഭൂനിരകൾ താണ്ടി
അവിഘ്നവാഹിനിയായി
വിചാരധാര വരുന്നൂ...

എവിടെ, ത്തുണ്ടുകളായി

പൗരുഷമുടയുന്നീല,
എവിടെ, ച്ചെയ്തികൾ മുഴുവൻ
എവിടെ, ച്ചിന്തകൾ മുഴുവൻ
എവിടെ, ച്ചിരികൾ മുഴുവൻ
നിന്നാൽ വന്നെത്തുന്നൂ...

ആ സ്വാതന്ത്ര്യസ്വർഗ്ഗം
കണികാണുന്നതിനായി
ഇന്ത്യക്കാരെ മുഴുവൻ
ഹേ! പിതാവേ! നിന്റെ
ഹസ്താഘാതത്താലേ
വിളിച്ചുണർത്തീടണമേ!

മാനവസമൂഹത്തെ അസ്വാതന്ത്ര്യത്തിന്റെ മയക്കം ബാധിക്കുമ്പോൾ ഒരു വിളിച്ചുണർത്തൽഗാനമായി ഈ ഗീതകം നമ്മുടെ മുന്നിലെത്തുന്നു. സമകാലിക ഭാരതം സ്വാതന്ത്ര്യഭീഷണി നേരിടുന്ന ഇന്നത്തെ സാഹചര്യത്തിൽ എൻ പി ചന്ദ്രശേഖരന്റെ *ഗീതാഞ്ജലീ* തർജ്ജമയ്ക്ക് പ്രത്യേക പ്രസക്തിയുണ്ട്.

“**ദി**ശകളിൽനിന്നതാ മൃതിവീണതൻ
ശ്രുതി മാനത്തുയരുന്നു, കേൾക്കുന്നില്ലേ...”

ടാഗോറിന്റെ ചില വരികൾക്കുമുന്നിൽ
നിയമംകാട്ടി പേടിപ്പിച്ച്
ജനതയെ എഴുന്നേറ്റുനിർത്തിക്കാൻ ആളുകളിറങ്ങുമ്പോൾ
ടാഗോറിന്റെ മറ്റു വരികൾ മനസ്സോടെ പാടുന്നത്
സമരമാണ്.

ഈ പുസ്തകം സമരം ചെയ്യുന്നു.

ആ 12 വരികളാകാം
അധികാരത്തിന്റെ ടാഗോർ.
എല്ലാ ടാഗോർവരികളുമാണ്
ടാഗോറിന്റെ ടാഗോർ.
ദേശഭ്രാന്തനല്ല,
ഗുരുദേവനും സ്വാതന്ത്ര്യസമരപ്പോരാളിയും
മാനവികതാവാദിയും മനുഷ്യസ്നേഹിയും
സംശയാലുവും വിമതനും
കലാപകാരിയും ദർശനാസ്വസ്ഥനും
സ്വപ്നാലുവും ഏകാകിയും ദുഃഖിയും
ശുഭകാമനാകാരനും വിശ്വാസിയുമാണ് ടാഗോർ.

ഈ പുസ്തകം ടാഗോറിനെ പാടുന്നു.

വെട്ടേറ്റു വിറകൊള്ളുന്ന
സ്വാതന്ത്ര്യത്തിന്റെ കണ്ണീരുകൊണ്ടും
മുറിവേറ്റു പിടയുന്ന
ജനാധിപത്യത്തിന്റെ ചോരകൊണ്ടും
എഴുതപ്പെട്ട ഗീതാഞ്ജലി,
ജനഗണങ്ങൾക്കുള്ള ഗീതാഞ്ജലി.

ഈ പുസ്തകം ഗീതാഞ്ജലി പാടുന്നു.

എൻ പി ചന്ദ്രശേഖരൻ

1

എന്നെയനശ്വരനാക്കീ നീ, യതു
നിൻ ചിരലീലാലാസ്യം.
നീയെൻ ജീവിതഭാജനമെന്നു, മൊഴിക്കും
പിന്നെ നിറയ്ക്കും!

എത്ര തടങ്ങൾ, മഹാദ്രികൾ താണ്ടി
നീ നിൻ മുരളികയേന്തി?
എത്ര സുഗീതികളതിലൂടൊഴുകി?
ഞാനാരോടതു പറയും?

എൻ ഹൃത്തപരിചിതങ്ങൾ പുല്കി
നിന്നമൃതസ്പർശത്താൽ.
പാടുകയാണതു താനേയിപ്പോൾ
നിൻ സങ്കീർത്തനഗീതം.

എൻ കൈയുകളിൽ രാവും പകലും
നിറയുന്നൂ നിൻ ദാനം.
നീ തുടരുന്നൂ നിർത്താതേ നിൻ
ദാനമഹോത്സവഘോഷം.
യുഗങ്ങളായ് ഞാൻ കൈയേല്ക്കുന്നൂ
നിന്റെ പുരസ്കാരങ്ങൾ!

2

പാടുവാൻ നീ പറഞ്ഞപ്പോൾ എന്റെ
പാട്ടിന്റെയുള്ളം നിറഞ്ഞു.
കൺകളിൽ കണ്ണീർ വഴിഞ്ഞു, നിന്റെ
കൺകളിൽ ഞാൻ നോക്കി നിന്നു.

ഈ ജന്മമാകുന്ന ദുഃഖം എന്റെ
പാട്ടിൽ നിറഞ്ഞുകവിഞ്ഞു.
പക്ഷികളായിപ്പറന്നൂ എന്റെ
പാട്ടുകൾ, നോവുകൾ, ദേവാ!

പാട്ടിന്റെ ഗോപുരച്ചീട്ടാൽ നിന്റെ-
കോട്ടമതിൽ ഞാൻ കടന്നൂ.
പ്രാണങ്ങൾക്കപ്രാപ്യമായ നിന്റെ
പാദങ്ങൾ വന്നു ചുംബിച്ചൂ.
നിൻ ഗാനസാരം നുകർന്നൂ, നിന്നെ
ഞാൻ സഖാവെന്നു വിളിച്ചൂ!

3

എത്ര മനോഹരമാകുന്നൂ നിൻ
ഗാനാവിഷ്കൃതി, ദേവാ!
അത്ഭുതപരവശനായതു കേൾക്കുക
മാത്രം ഞാൻ ചെയ്യുന്നൂ.

ആ ഗാനത്തിൻ പ്രകാശപൂരം
ലോകങ്ങളിൽ നിറയുന്നൂ.
അതിന്റെ വീചികൾ മാനം മുഴുവൻ
തരംഗമായ്പ്പടരുന്നൂ.
ആ സ്വർനിർഝരി പ്രവഹിക്കുന്നൂ
ശിലകളെയലിയിക്കുന്നൂ.

ആ രാഗത്തിൽ പാടാനെന്റെ
ചേതന മോഹിക്കുന്നൂ.
പക്ഷേ, സ്വരമുതിരാതെൻ കണ്ഠം
പരവശമായിത്തീരുന്നൂ.
പറയാനെങ്കിലുമായെൻ ചൊടികൾ
പദത്തിനായ്പ്പരതുന്നൂ.

പരാജയത്തിൽ വീണതുപോലെൻ
പ്രാണൻ കേണുറഴുന്നൂ.
നിൻ ഗാനത്തിൻ നൂലിൻ വലയിൽ
കുടുങ്ങി ഞാൻ കഴിയുന്നൂ.

4

പ്രാണേശ്വരാ! എന്റെ പ്രാണങ്ങളിൽ നിന്റെ
പാണിതലക്കുളിർസ്പർശം.
പകലില്ല, രാവില്ല, ഞാനതിൻ ലഹരിയിൽ
പരിശുദ്ധമാക്കട്ടെ പ്രാണൻ.

ജ്ഞാനസ്വരൂപനാം നീയുണ്ടു ചിത്തിലെ-
ന്നറിവുകേടോടിമറയട്ടെ.
നിൻ സത്യമോർമ്മിച്ചു ചിന്തയും ധ്യാനവും
ഞാൻ വിമലമാക്കി വയ്ക്കട്ടെ.

എന്റെയീ നെഞ്ചാണു നിൻ ക്ഷേത്രമെന്നുള്ള
സത്യത്തെ ഞാൻ ധരിക്കട്ടെ.
ക്ഷോഭവും ദ്വേഷവും ദൂരെക്കളയുവാൻ
ഞാൻ ശക്തി കൈവരിക്കട്ടെ.

നീയാണെൻ ശേഷികൾക്കൊക്കെയും പിന്നിലെ-
ന്നോർത്തു ഞാനിന്നു നില്ക്കട്ടെ.
എന്റെ കർമ്മങ്ങൾ മുഴുക്കെ നിൻ ധർമ്മത്തെ-
യെന്നും പ്രകീർത്തിച്ചിടട്ടെ!

5

ഒരു നിമിഷം - വെറുമൊരു നിമിഷം - ഞാൻ
നിന്നൊപ്പമിരിക്കട്ടെ.
ചെയ്യാനുള്ളതു പിന്നെച്ചെയ്യാം
ഒന്നതിനനുമതി നല്കൂ.

കരകാണാത്തൊരു കടലിൽപ്പെട്ടതു-
പോൽ ഞാൻ കർമ്മനിബദ്ധൻ.
അതിനിടെ നിന്നെക്കാൺകേ മാത്രം
വിശ്രമമറിയുന്നൂ ഞാൻ.

എൻ വാതിൽക്കൽ വിരുന്നിനെത്തി
സഹൃദയനായ വസന്തം,
അലസത മുകരും മധുമക്ഷികകൾ
വിലസുകയായ് കനവുകളിൽ.

ഈ ദിവസം വന്നതു നാം തമ്മിൽ-
ത്തമ്മിൽ നോക്കിയിരിക്കാൻ.
ഇന്നീ വേളയിൽ ഞാൻ പാടട്ടെൻ
ജന്മനിവേദനഗീതം!

6

അവിടുന്നിനിയീ ജീവിതപുഷ്പം
പറിച്ചുപൊയ്ക്കൊണ്ടാലും.
അതിനിനി വൈകരു, തല്ലെങ്കിൽ, ഇതു
പൊഴിഞ്ഞു മണ്ണിൽച്ചേരും!

അറിയുകയില്ലാ നിൻ മാലയിലീ
പുഷ്പത്തിന്നിടമുണ്ടോ?
ഇല്ലെന്നാലും നീയിതിറുക്കൂ
നിൻ വിരലിതിലമരട്ടെ.

പകൽ തീർന്നേക്കാ, മിരുൾ വന്നേക്കാം,
തീരാം പൂജാസമയം.
വർണ്ണം മാറുംമു, മ്പിതിൽ മണവും
തേനും നിറയെയിരിക്കേ
നിൻ പൂജയ്ക്കായിതിനെയിറുക്കൂ,
വൈകരുതേ, യതിനൊട്ടും.

7

എൻ ഗീതികകൾ
ഭൂഷകളെല്ലാം
ദൂരെയെറിഞ്ഞല്ലോ.

നിൻ തിരുമുന്നിൽ
കാട്ടില്ലിനിയതു
വേഷാർഭാടമദം.

നമ്മുടെ ചേർച്ച-
യ്ക്കിടയിൽത്തടസ്സം
മെയ്യാഭരണങ്ങൾ.

പണ്ടത്തിന്റെ
കിലുക്കത്തിൽ നിൻ
മൃദുശബ്ദം മുങ്ങും.

എൻ കവിഗർവ്വം
നിൻ സവിധത്തിൽ
ശോഭിക്കില്ലിനിയും.

കവികൾതൻ കവി-
യാകും നിന്നെ-
പ്പൂജിക്കട്ടെ ഞാൻ.

എൻ ജീവിതമൊരു
മുരളികയാകാ-
നിന്നു കൊതിപ്പൂ ഞാൻ.

അതിൽ നീ നിന്നുടെ
സ്വരമാധുരിയുടെ
ലഹരി പകർന്നാലും!

8

കുഞ്ഞിനെ രാജാവായ്ച്ചമയിക്കേ,
രത്നം ചാർത്തിക്കേ,
കളിയുടെ ചിരിയുടെ പരമാനന്ദം
വെടിയുകയാണവനെ!

പട്ടും പണ്ടവുമവന്റെ മെയ്യിൽ
ഭാരം ചേർക്കുന്നു.
കുപ്പായങ്ങൾ മുഷിയും പണ്ടം
കളഞ്ഞുപോമെന്നും
പേടിച്ചങ്ങനെയങ്ങനെവനൊ-
രനങ്ങാക്കുഞ്ഞാകും.

അമ്മേ, രാജാവണിയും വേഷം
കുഞ്ഞിന്നെന്തിന്ന്?
എന്തിനു കുഞ്ഞിന് രത്നം കെട്ടിയ
പൊന്നാഭരണങ്ങൾ?
പടിവാതിൽ നീയൊന്നു തുറന്നാ-
ലോടിപ്പോകുമവൻ.
കാറ്റും വെയിലും മണ്ണും ചെളിയും
നിറഞ്ഞ പാതയതാ.

അവിടാണല്ലോ ജനതകളൊക്കെ
കൂട്ടം കൂടുവതും,

കളിയുടെ ചിരിയുടെ മേളക്കൂത്തുക-
ളാടാനെത്തുവതും,
ആയിരമായിരമാകും നാവുകൾ
പാടാൻ കൂടുവതും.
അവിടേക്കെത്താനില്ലേ നിന്റെ
കുഞ്ഞിന്നവകാശം?

9

എന്റെ ശിരസ്സിൽ ഞാനിനിയെന്നെ-
ക്കൊണ്ടു നടക്കില്ല.
എൻ പടിവാതിലിൽ യാചകനായി
ഞാനിനി നില്ക്കില്ല.
ഈ ഭാരം നിൻ കാല്ക്കലിറക്കി-
പ്പുറത്തുപ്പോകും ഞാൻ.
പിന്നീടതിനായ് ചോദിക്കില്ല,
തിരിഞ്ഞുനോക്കില്ല.

എന്നെ മോഹിപ്പിച്ചവയെല്ലാം
കൊഴിഞ്ഞു വീഴുന്നു.
മോഹത്തിൻ ചെളി പറ്റിയ കൈയുകൾ
വാരിയെടുത്തു തരും
സമ്മാനങ്ങൾ ഞാനിനിമേലിൽ
കൈയേല്ക്കുകയില്ല.

നിൻ സ്നേഹത്തിൻ മധുരിമ പുരളാ-
ത്തവയെന്തായാലും,
എനിക്കു ദുസ്സഹമാണവയൊന്നും
ഞാൻ സ്പർശിക്കില്ല.

സ്വന്തം ശിരസ്സിൽ ഞാനിനിയെന്നെ-
യേറ്റി നടക്കില്ല.

10

അധമരിൽ അധമർ ദീനരിൽ ദീനർ
വീണടിയുന്നേടം
ചെന്നെത്തുന്നു, വിരാജിക്കുന്നു,
നിൻ തിരുചരണങ്ങൾ:
എല്ലാവർക്കും പിന്നിൽ, ഏറെ
ഏറെയടിത്തട്ടിൽ,
എല്ലാമെല്ലാം എല്ലാമെല്ലാം
നഷ്ടപ്പെട്ടവരിൽ!

നിന്നെ ഞാൻ വന്ദിക്കേ, യെങ്ങാ
വന്ദനമണയുന്നു?
അപമാനത്തിനഗാധത തന്നിൽ
ഏറെപ്പിന്നണിയിൽ,
എല്ലാവർക്കും താഴെ, എല്ലാം
പൊയ്പ്പോയോർക്കൊപ്പം,
ചെന്നെത്താനതിനാകുന്നില്ല
ഇപ്പൊഴുമെപ്പോഴും.

അനലംകൃതനായ്, ദീനദരിദ്രത
പറയും വേഷത്തിൽ,
എവിടെവിടൊക്കെ നീയലയുന്നു-
ണ്ടവിടെച്ചെന്നെത്താൻ
എന്റെ മദത്തിനു കഴിയുന്നില്ല
ഇപ്പൊഴുമെപ്പോഴും.

ധനവും മാനവുമുള്ളയിടങ്ങൾ
മാത്രം നിന്നിടമായ്-
ക്കാണാനെന്റെ മനസ്സു തുടിപ്പൂ
ഇപ്പൊഴുമെപ്പോഴും.

നീ പാർക്കുന്നൂ നിസ്വർ കഴിയും
ചെറ്റക്കുടിലുകളിൽ;
എല്ലാവർക്കും പിന്നിൽ, ഏറെ
ഏറ്റെയടിത്തട്ടിൽ;
എല്ലാമെല്ലാം എല്ലാമെല്ലാം
നഷ്ടപ്പെട്ടവരിൽ:
അവിടെച്ചെല്ലാനെന്റെ മനസ്സിനു
സാധിക്കുന്നില്ല!

11

ഭജനകൾ, പൂജകൾ, ആരാധനകൾ,
തപസ്സും നിർത്തുക നീ.

ഭജനപ്പുരയിൽ കതകും പൂട്ടി
എന്തിനിരിക്കുന്നു?
ഒളിവി, ലിരുട്ടിൽ, വിജനത പൂകി
ആരെ ഭജിക്കുന്നു?

കണ്ണു തുറക്കൂ, മുന്നിൽ നോക്കൂ,
നിൻ ദൈവം പൊയ്പ്പോയ്;
മണ്ണിൽപ്പണിയും കർഷകനൊപ്പം
ചെന്നണയാനായി,
കല്ലുകൾ വെട്ടി വഴി പണിയുന്നോർ-
ക്കൊപ്പം കൂടാനായ്.
വർഷം മുഴുവൻ പണി ചെയ്വോരവർ
വെയിലിൽ മഴയത്തും.

ദൈവത്തിന്റെ കൈകളിലുള്ളത്
മണ്ണും പാഴ്ച്ചെളിയും!
നീയും നിന്റെ വെൺകുപ്പായം
ദൂരെയെറിഞ്ഞാലും,
ദൈവത്തിന്റെ വഴി പിൻപറ്റി
മണ്ണിൽപ്പണിതാലും.

മോക്ഷം, മോക്ഷം, എങ്ങതു കിട്ടും?
എവിടെ നിൻ മോക്ഷം?
ദൈവംപോലും സ്രഷ്ടാവാകേ
ബന്ധങ്ങളിൽ മുഴുകും.
നിർത്തുക ധ്യാനം, വയ്ക്കുക താഴെ
പൂജാപാത്രങ്ങൾ.

നിന്നുടയാടകൾ കീറിപ്പോട്ടെ,
മണ്ണിൽക്കുഴയട്ടെ.
ദൈവത്തിന്റെ കൂടെച്ചേരൂ
കർമ്മക്ഷേത്രത്തിൽ.
ദൈവത്തിന്റെ മാർഗ്ഗം പറ്റൂ
മെയ്യിൽ വേർപ്പണിയൂ!

12

വളരേ നാളായ് ഞാനലയുന്നൂ;
വഴിയറ്റം ദൂരേ!
ആദിവെളിച്ചത്തിന്റെ രഥത്തിൽ
പണ്ടെന്നോ പോന്നൂ.
നവഗ്രഹങ്ങളിൽ, നക്ഷത്രങ്ങളി-
ലടയാളം ചാർത്തീ.
ഗിരികാനനവീഥികകൾ താണ്ടി
ലോകങ്ങൾ കണ്ടൂ.

എളുപ്പവഴികൾ നിന്നെക്കാണാൻ
പലതുണ്ടെന്നാലും
എല്ലാം ആ വഴി എല്ലാംതന്നെ
പലമട്ടിൽ ദീർഘം,
ലളിതസ്വരമാണല്ലോ പാടാൻ
ശ്രമകരമെന്നതു പോൽ.

പല പല വീടുകൾ താണ്ടിയൊടുക്കം
പകൽചായുംനേരം,
പഥികൻ തന്റെ വീട്ടുപടിക്കൽ
പരവശനായെത്തും.
അതുപോൽ പുറത്തു വീണ്ടും വീണ്ടും
തെണ്ടിയലഞ്ഞത്രേ,
കണ്ടെത്തുന്നു നമ്മളിലുള്ളോ-
രന്തർയാമിയെ നാം.

'ഇതാണു നീ', യെന്നറിയുംമു-
മ്പാ നേരറിയുംമുമ്പ്,
എൻ തളർമിഴികൾ തേടിനടന്നൂ
നിന്നെയെവിടെല്ലാം?

ഞാനലഞ്ഞു നടന്നു വലഞ്ഞു
നാനാവീഥികളിൽ.
'എവിടെ?', യെന്ന വിലാപത്തിന്റെ
കണ്ണീരിൽ വീണ,
'ഇവിടെ', യെന്ന സമാധാനത്തി
ന്നുറവിടമിപ്പോഴും,
ലക്ഷം ലക്ഷം വഴികളിലൂടെ
ലോകത്തലയുന്നൂ.

13

പ്രിയതരഗാനം പാടാനിതുവരെ-
സമയമണഞ്ഞീലാ.
സ്വരസാധനയിൽ മുഴുകി, പ്പാടാൻ
കൊതിയൊടിരിപ്പൂ ഞാൻ.
രാഗങ്ങൾ ഞാനറിയുന്നീലാ,
ഭാവവുമറിവീലാ.
പാടാൻ പിടയും തോന്നൽമാത്രം
ചേതനയിൽ വഴിവൂ.
പൂവിരിയാതേ തെന്നൽമാത്രം
നീളേയലയുന്നൂ.

ആ മുഖമിതുവരെ ഞാൻ കണ്ടീലാ,
നാദം കേട്ടീലാ.
ആ കാലൊച്ചകൾമാത്രം കേൾപ്പൂ
കൂടെക്കൂടേ ഞാൻ.
അവൻ നടക്കുന്നെൻ പടിവാതിലി-
നരികിൽക്കൂടിയിതാ.

പകലു മുഴുക്കേയവനൊരു പീഠം
ചമച്ചൊരുക്കീ ഞാൻ.
രാവായപ്പോഴിരുളും വീട്ടിൽ
വിളക്കുവച്ചീലാ.

എങ്ങനെയവനെ ഞാനെൻ വീട്ടിൽ
വിളിച്ചുകൊണ്ടുവരാൻ?

എങ്കിലുമവനീ വീട്ടിൽ വരുമെ-
ന്നെണ്ണിക്കഴിവൂ ഞാൻ.
വന്നീലെങ്കിലുമിതുവരെയവനെൻ
വീട്ടിൽ... എന്നാലും...

14

നിരവധി മോഹങ്ങൾ നേടുവാൻ ഞാ-
നുയിരു വെടിഞ്ഞും പണിപ്പെടുന്നു.
അവയൊക്കെ വിഫലങ്ങളാക്കിയെന്നെ-
യവിരാമം നീയോ പരീക്ഷിക്കുന്നു.

നിൻ കഠിനകാരുണ്യപൂരമെന്റെ
പ്രാണനിലാകേ നിറഞ്ഞിടുന്നു.
വാനം, പ്രകാശം, വപുസ്സു, പ്രാണൻ,
മാനസം - ഒക്കെയും നിന്റെ ദാനം.
ആ ദിവ്യദാനങ്ങൾക്കർഹനാകാൻ
മോഹത്തിൽനിന്നെന്നെ മോചിപ്പിക്കൂ.

പാതയിടയ്ക്കെല്ലാം മാറ്റീടും ഞാൻ,
തേടും ഞാനപ്പോഴും നിന്നെമാത്രം.
എന്നിട്ടുമെൻ മുന്നിൽ വന്നിടാതെ
തെന്നിയൊഴിയുന്നു നീ നിർദ്ദയം.

എങ്കിലും ഞാനതിൻ നേരറിവൂ
നിൻ കൃപമാത്രമവയൊക്കെയും.
അല്പാഭിലാഷവിപത്തിൽ നിന്നും
രക്ഷിക്കാനെന്നെ മടക്കുന്നു നീ;
നിൻ ചാരെയെത്തുവാൻ യോഗ്യനായാ-
ലാനയിക്കാൻമാത്രം, അത്രമാത്രം!

15

നിനക്കു വേണ്ടിപ്പാടാനല്ലോ
നില്പൂ ഞാനിവിടെ.
എനിക്കു കൂടിയൊരല്പമിടം തരു
നിൻ സാമ്രാജ്യത്തിൽ.

നിന്റെ മഹാവിശ്വത്തിൽനിന്നും
മറ്റൊന്നും വേണ്ടാ.
മറ്റൊന്നും ചോദിക്കാതെന്റെ
മനമിതു മുരളുന്നൂ.

രാവാകുമ്പോൾ, നിൻ മൗനത്തിൻ
ദേവാലയവാടം
ആരാധനയുടെ വേളയ്ക്കായി
വാതിൽ തുറക്കുമ്പോൾ,
നാഥാ! പാടാൻ ഈയുള്ളവനോ-
ടാജ്ഞാപിച്ചാലും.

പുലരുമ്പോൾ, പൊൻവീണാനാദം
പാരിനെ മൂടുമ്പോൾ,
ഇവിടെത്തന്നെയിരിക്കാനടിയനു
കല്പന തന്നാലും.

16

ഈയുലകത്തിലെയാമോദോത്സവ-
ഘോഷത്തിൽച്ചേരാൻ
എനിക്കു കിട്ടീ ക്ഷണ, മെൻ ജന്മം
ധന്യത പൂണ്ടല്ലോ!

എൻ മിഴി രണ്ടും മതിയാവോളം
ഭംഗികൾ നുകരുന്നൂ.
എൻ കാതുകളോ ഗാനാഗാധത
തന്നിൽ മുങ്ങുന്നൂ.

എനിക്കു കിട്ടീ നിൻ ഘോഷത്തിൽ
മുരളികയൂതുമിടം.
ജീവിതമരുളിയ സുഖദുഃഖങ്ങൾ
പാട്ടുകളായ്ച്ചിന്തി,
ഞാനിവിടെല്ലാം ചുറ്റിച്ചുറ്റി-
ച്ചുറ്റി നടക്കട്ടെ.

എന്തി, പ്പോഴും നിൻ ഘോഷത്തിൻ
കൊടിയേറ്റായില്ലേ?
എങ്കിലുമെനിക്കു നിൻ തിരുസഭയിൽ
വരുവാനാകേണം.
ആ തിരുമുമ്പിൽ നില്ക്കണ, മൊരു ഞൊടി
വിജയധ്വനിയിടണം.
പിന്നെ, മടങ്ങണ, മതുമാത്രം ഞാൻ
പ്രാർത്ഥിക്കുവതെന്നും!

17

പ്രണയത്തിൻ കൈകളിൽ സ്വയമേല്പിക്കാൻ
കരുതിത്താൻ നില്ക്കുന്നൂ ഞാനിവിടെ.
സമയമൊട്ടേറെക്കഴിഞ്ഞുപോയീ
പിഴവുകൾ പലതും ഞാൻ ചെയ്തു പോയീ.

നിയമം തൻ കരവലയത്താലെന്നെ
തടവിൽപ്പിടിക്കുവാൻ പോന്നുവന്നൂ.
ചിരിയോടേ ശിക്ഷകൾ കൈവരിക്കാൻ
മടിയില്ലാതാതിവിടിതാ നില്ക്കുന്നൂ ഞാൻ.
പ്രണയഹസ്തങ്ങളിൽ സ്വയമർപ്പിക്കാൻ
കരുതിയാണിവിടെത്തിക്കാക്കുന്നൂ ഞാൻ.

ജനമൊക്കെപ്പഴിയെന്നിൽക്കണ്ടെത്തുന്നൂ.
വെറുതെയല്ലതുമെന്നെനിക്കറിയാം.
പഴിയെല്ലാം ശിരസ്സേറ്റി നില്ക്കുവൻ ഞാൻ
ഇവിടെ, എല്ലാവർക്കും പിറകിലായി.

സമയം കഴിയുന്നൂ, പിരിയുകയായ്
പകലന്തിച്ചന്തകൾ, പതിവുകാരും.
പിടികൂടാനെന്നെയും തേടിവന്നോർ
കുപിതരായെവിടെയോ പൊയ്ക്കഴിഞ്ഞൂ.

പ്രണയത്തിൻ കൈകളിൽ കീഴടങ്ങാൻ
കരുതി ഞാനിപ്പോഴും കാത്തുനില്പൂ!

18

മുകിലുകളിവിടെ കുമിയുന്നൂ, കരി-
തിമിരം പടരുന്നൂ.
എന്നെപ്പിന്നെയുമെന്തിനു നീയീ
പടിക്കൽ നിർത്തുന്നൂ?

പകലു മുഴുക്കെപ്പലരൊടുമൊപ്പം
പണികളിൽ മുഴുകീ ഞാൻ.
രാത്രിയിൽ നീ വരുമെന്നും കരുതി-
ക്കരുതിയിരുന്നൂ ഞാൻ.
എന്നെപ്പിന്നെയുമെന്തിന്നീപ്പടി-
വാതിലിൽ നിർത്തുന്നൂ?

എനിക്കു ദർശനമരുളില്ലെങ്കിൽ,
നീ കനിയില്ലെങ്കിൽ,
ഞാനെങ്ങനെയീ മേഘാവൃതമാം
നേരം നേരിടുവാൻ?
ദൂരാൽ കണ്ണുകൾ നട്ടുംകൊണ്ടേ
ഞാനിവിടമരുന്നൂ.
ഈ ഭീതിദമാം കാറ്റടിയേറ്റെൻ
പ്രാണൻ പിടയുന്നൂ.
പിന്നെയുമെന്തിന്നെന്നെ നീയീ
പടിക്കൽ നിർത്തുന്നൂ?

19

വിമൂകതേ, ഭവാനിന്നു
ശബ്ദിക്കുകയില്ലയെങ്കിൽ
നിൻ മൗനത്താൽ എൻ ഹൃദന്തം
ഞാൻ നിറച്ചീടാം.

നിർന്നിമേഷതാരകകൾ
നീളവേ കൊളുത്തിവച്ച്
നിശീഥിനി തലതാഴ്ത്തി-
യിരിക്കുംപോലെ,
ഒട്ടുമൊട്ടുമനങ്ങാതെ
ഒട്ടുമൊച്ചവച്ചിടാതെ
ഞാനിവിടെ കാത്തുകാത്തു
കാത്തിരുന്നീടാം.

നിശ്ചയമായും വിടരും
പൂംപുലരി, രാവു പോകും
നിന്റെ ശബ്ദം പൊൻനദിയായ്
വാനിൽപ്പടരും.
എന്റെ കിളിക്കൂട്ടിൽനിന്ന്
നിന്റെ ഭാഷയിൽപ്പിറന്ന
ഗാനം ചിറകുകൾ വീശി

പ്പറന്നുപൊന്തും.
നിന്റെ പാട്ടിന്നീണങ്ങളിൽ
എന്റെ വള്ളിച്ചാർത്തുകളിൽ
പുഷ്പജാലം താനേ താനേ
വിരിഞ്ഞുവരും.

20

ഞാനറിഞ്ഞില്ല താമരപൂത്ത നാൾ
മാനസം കെട്ടുപോയതു കാരണം
കാലിയാണെന്റെ പൂക്കൂടയിപ്പൊഴും
പൂക്കൾ കാണാമറയത്തു നില്ക്കുന്നു.

മനസ്സിനുത്കണ്ഠ... പൂമണം പേറുന്ന
കാറ്റ് സ്വപ്നത്തിൽ... ഞെട്ടിയുണർന്നു ഞാൻ.
ആ മണത്തിൽ മതിമറന്നങ്ങനെ
ഗ്രാമനഗരങ്ങൾ, ദേശവിദേശങ്ങൾ
പുഷ്പകാലത്ത് പൂർണ്ണതതേടുന്ന
ഭൂമിയെപ്പോലെ പിന്നിട്ടു പോയി ഞാൻ.

ദൂരയല്ലത്, നേരാരു കാണുന്നു,
എന്റെ മാത്രമാ പൂമണം... മനസ്സിന്റെ
കാവിലാകെ വിരിയുന്നു മധുരങ്ങൾ!

21

ഒടുവി, ലെത്തിയെൻ ചെറുതോണി തടിനിയിൽ
ചിറകുനീർത്തേണ്ട സമയം, പൊടുന്നനെ!

തനിയെ, യെപ്പൊഴും കരയി, ലീക്കടവത്ത്,
മരുവിയെൻ സമയമൊക്കെയും തീർന്നുപോയ്.
മലർനിരകളെ ചുറ്റും വിടർത്തിയാ
മധുമലർക്കാലമെപ്പൊഴോ യാത്രപോയ്!
കരകയാണിന്നു വാടിയ പൂക്കളെൻ
സ്ഫടികപാത്രത്തി, ലെന്തുചെയ്യേണ്ടു ഞാൻ?

കളംകളം പാടി ജലനിരപ്പുയരുന്നു,
തിരനിര കേളിയൂഞ്ഞാലയാടുന്നു
കരിയിലകളോ മർമ്മരംകൊണ്ടിതാ
വരമരങ്ങളിൽനിന്നും പതിക്കുന്നു!
എവിടെയാണു നീ കൺനട്ടിരിക്കുന്നു,
മനമതാകവേ കാലിയാ, യെന്നപോൽ?

അറിവെഴാത്തതാം ദൂരതീരത്തുനി-
ന്നൊഴുകിയെത്തുന്ന വേണുനാദത്തിന്റെ
ലഹരിയാൽ ഇതാ, വായുവും വാനവും
കുളിരുകൊള്ളുന്നു... നീയതു കണ്ടുവോ?

22

ശ്രാവണമാസം
ഘനഗഹനതയുടെ നീലിമചാർത്തി
ആരും കാണാനിടയാകാതെ
യാമിനിയെപ്പോൽ
നീരവമിവിടെ നീ വന്നല്ലോ!

മിഴിനീർത്തില്ലാ വെട്ടം...
തെന്നൽ വീശുകയല്ലോ വെറുതേ...
നിർലജ്ജാവതി രാവിനു ചാർത്താൻ
മുകിലിന്നാടകൾ ആരോ നീട്ടീ...
കാനനഭൂവിൽ കേൾക്കാനില്ലാ കൂജനമൊന്നും...
വീടുകളൊക്കെ വാതിലടച്ചൂ...
വിജനതനിറയും പാതയിലൂടേ, യേകാകിനിയായ്
ഇങ്ങനെ പോകും നീയാരാവോ?
സ്നേഹിതയാണോ?
പ്രിയതമയാണോ?

കാൺകെൻ വീടിൻ വാതിൽ തുറന്നുകിടപ്പാണല്ലോ.
പോകല്ലേ നീ...
എന്നെ വെടിഞ്ഞൊരു സ്വപ്നംപോലെ
പോകല്ലേ നീ...

23

കൊടുകാറ്റൂതും രാവിതിൽ
എന്റെ പ്രാണസുഹൃത്തേ!
നീ നിൻ പ്രിയമാം പ്രേമനികേതം
തേടിവരുന്നോ?

ആശകളെല്ലാം കൈവിട്ടതുപോൽ
കരയുകയല്ലോ വാനം മേലേ...
എൻ കണ്ണുകളിൽ തങ്കുവതില്ലാ നിദ്രാഭാരം.
എൻ പടിവാതിൽ തുറന്നുകിടപ്പൂ
പ്രിയതമ! കൂടെക്കൂടെൻ കൺകൾ
പെരുവഴി തേടി വരുന്നു.
വാതിലിനപ്പുറമൊന്നും കാണാനാവുന്നില്ലാ...

ഞാൻ വേവുന്നൂ,
നീ വന്നെത്തും വഴിയേതാവോ?
ദൂരസരിത്തിന്നക്കരെ നിന്നോ,
കാനനഗഹനഹൃദത്തിൽനിന്നോ,
ഭീകരമാകും കൂരിരുൾതാണ്ടി
പ്രാണസുഹൃത്താം നീയിവിടെത്തുക-
യെവിടുന്നാവാം?

24

പകലു തീർന്നെങ്കിൽ,
പക്ഷികളൊക്കെയും പാട്ടുനിർത്തുകയാണെങ്കിൽ,
തളർതെന്നൽ തളകളൂരിക്കഴിഞ്ഞുവെന്നാണെങ്കിൽ,
അതിനിബിഡഘനാന്ധകാരത്തിൽ നീ
അടിയനെ മറകൊള്ളിച്ചു കാക്കണേ!

ധരയെ നിദ്രയിൽ രഹസ്യമായ്ച്ചേർപ്പതും
രാത്രി കൂമ്പുന്ന താമരപ്പൂക്കൾക്കു
രാപ്പുതപ്പു നീട്ടുന്നതും നീയൊരാൾ.

പാതിവഴിയിൽ പൊതിച്ചോറു തീർന്നവർ
ദുഃഖചിഹ്നങ്ങളൊക്കെയും പേറുവോർ
മലിനവസ്ത്രത്തിൽ ഗതികേടു മൂടുവോർ
ക്ഷീണഗാത്രരാം യാത്രികർ...
അവരുടെ ഖേദവും നോവുമൊക്കെ നീയൊപ്പുന്നു;
നിന്റെ കരുണയാ, ലത്ര രഹസ്യമായ്.
അന്ധകാരമാമൃതം തളിച്ചു നീ
അവമതിയും ദുരിതവും നീക്കുന്നു.
പുലരി നീർത്തുന്ന പൂക്കളെപ്പോലെ നീ
അവരെ ഉന്മേഷഭരിതരായ്ത്തീർക്കുന്നു.

25

കൂടെക്കൂടെത്തളരുന്നൂ ഞാൻ...
എൻ തിരി താഴുന്നൂ...

ഇതിനിടെ, നിന്നെപ്പൂജിക്കാൻ ഞാൻ
വൈകിപ്പോയേക്കാം.
പൂജ മുടങ്ങാം. എന്നാലും ഞാൻ
പുഞ്ചിരികൊള്ളട്ടെ,
നിന്നെ പ്രതി ഞാൻ കണ്ട കിനാക്കൾ
ഉണർന്നിരിക്കട്ടെ.

വിശ്രാന്തിക്കായ് പ്രാർത്ഥിക്കുന്ന
കടുരാവുകളിൽ ഞാൻ,
നിന്നിലൊരാളിൽ പൂർണ്ണതയോടെ
ചാരിക്കൊള്ളട്ടെ,
പൊടിപടലങ്ങൾ നിറയും വഴിയിതിൽ
ഇങ്ങനെ നില്ക്കട്ടെ.

വ്രണിതാത്മൻ ഞാൻ നിൻ പൂജയ്ക്കായ്
ഒന്നും കരുതാത്തോൻ!

26

അവനെൻ ചാരേ വന്നു, ഞാനോ
തനിയെയുണർന്നീലാ,
ക്ഷീണം തീണ്ടിപ്പാടെയുറങ്ങി-
പ്പോയ് ഈ ഹതഭാഗ്യ.

അവനോ വന്നത് രാവിൻ മൗനം
പടരുമ്പോഴല്ലോ.
കൈകളിലേന്തിയിരുന്നതു നല്ലൊരു
കിന്നരമാണല്ലോ.
വന്നിട്ടെന്റെ കട്ടിൽച്ചാരേ-
യിത്തിരി നിന്നല്ലോ.
സുന്ദരമാമൊരു ഗാനം പാടി-
ക്കടന്നുപോയല്ലോ.
ഞാനുണരുമ്പോ, ഴവന്റെ ഗന്ധം
മാത്രമറിഞ്ഞല്ലോ.
അതേറ്റ മദവും കൊണ്ടൊരു കാറ്റെൻ
ചുറ്റുമലഞ്ഞല്ലോ.

രാവു കഴിഞ്ഞു, വന്നിട്ടും ഞാൻ
അവനെക്കണ്ടീലാ.
തിരുവാടകളുടെ വിളുമ്പുപോലും
തൊടുവാനായീലാ.

27

ദീപം, എവിടെ ദീപം? വിരഹാ-
ഗ്നിയിലതു കത്തട്ടെ.
ദീപം ഇവിടെ, ദീപം പക്ഷേ,
കത്തുന്നീലല്ലോ.

ഇതെന്റെ വിധിയാ, ണിതിലും ഭേദം
മരിക്കയാണല്ലോ.
വിരഹാഗ്നിയിലാ മൺവിളക്കു
കൊളുത്തിവച്ചാലും.

നൊമ്പരത്തിൻ ദൗത്യവാഹിക-
യെങ്ങോ പാടുന്നൂ:
"പ്രിയേ! നിനക്കായ് പ്രാണനാഥൻ
ഉണർന്നിരിക്കുന്നു.
ഈ രാത്രിയിൽ, ഈ കടുതരമാകും
കൂരിരുൾ വേളയിതിൽ,
പ്രണയത്തിന്റെ നികേതനമണയാൻ
നിന്നെ വിളിക്കുന്നു.
നിൻ മാനം രക്ഷിക്കാൻ ഖേദം
പാനം ചെയ്യുന്നു
നിന്റെ നാഥൻ നിനക്കു വേണ്ടി
ഉണർന്നിരിക്കുന്നു."

ആകാശങ്ങൾ മേഘാവൃതമായ്
പേമഴ പെയ്യുന്നൂ.
ഭീകരമാമീ രാത്രിയിലെന്തെൻ
പ്രാണൻ തെളിയുന്നൂ?
എന്തിന്നായത് താനേയിങ്ങനെ
പിടഞ്ഞു കുതറുന്നൂ?

മേഘജലം ഹാ! വീണ്ടും വീണ്ടും
കോരിച്ചൊരിയുന്നൂ.
മിന്നൽപ്പിണരിൻ വെട്ടം മാത്രം
ശേഷം കൂരിരുളും.
ഏതോ ദൂരതടത്തിൽനിന്നൊരു
ഗാനം കേൾക്കുന്നൂ.
ആ ഗാനത്തിൻ പിറകേയെന്റെ
ഹൃദന്തം പോകുന്നൂ.
അപ്പൊഴുമെന്നുടെ കണ്ണുകളിരുളിൽ-
ത്തന്നെയമരുന്നൂ.

എവിടെ വിള, ക്കീ വിരഹാഗ്നിയിലാ
വിളക്കു കത്തിക്കൂ!

മുകിൽ മുരളുന്നൂ, കൊടുകാറ്റിന്റെ
തിരകളുമലറുന്നൂ.
സമയം പോകാം അങ്ങനെയെന്റെ
യാത്ര മുടങ്ങീടാം.

നിശയുടെ നിബിഡത നികഷംപോലെ
കറുത്തുകാണുന്നൂ.
നിൻ പ്രാണൻ കൊണ്ടാ ദീപത്തിൽ
തീയു പകർന്നാലും!

28

എനിക്കു ചുറ്റും പ്രതിബന്ധങ്ങൾ
വലയം ചെയ്യുന്നു.
വിമോചനത്തിനു വേണ്ടിയെന്റെ
ഹൃദയം വെമ്പുന്നു.
അതിനായ് യത്നിക്കുമ്പോഴെന്നെ
വേദന ചൂഴുന്നു.

മോക്ഷത്തിന്നു കൊതിച്ചല്ലോ ഞാൻ
നിന്നെത്തേടുന്നു.
എങ്കിലുമതു ചോദിക്കാൻ വയ്യാ
നാണിക്കുന്നു ഞാൻ.

ഈ ജന്മത്തിൽ എനിക്കു നാഥൻ
നീയാണെന്നറിയാം.
നിന്നെപ്പോലെ വേറെയൊരാളും
ഇല്ലെന്നതുമറിയാം.

എങ്കിലുമെന്റെ ഭവനമൊരുക്കാ-
നാവുന്നീലല്ലോ.
നിന്നെ ഞാനീ പൊടിപടലത്തിൽ
അടച്ചുവയ്ക്കുന്നു.
മൃതിദിവസത്തെയെന്റെ ഹൃദന്തം
മാടിവിളിക്കുന്നു.

മൃതിയെ വെറുക്കുന്നെന്നാലും ഞാൻ
മൃതിയെ സ്നേഹിപ്പൂ.

എന്നുടെ കടമപ്പട്ടികയിന്നും
മുൻപടി നില്ക്കുന്നൂ.
വഞ്ചന നിരനിരയായെൻ ചുറ്റും
വന്നു തിരക്കുന്നൂ.

തോല്വികളേറെ, മറച്ചുവയ്ക്കാ-
നുള്ളവയോ വേറെ;
അതിനാൽ പ്രാർത്ഥന ചൊല്ലാൻ പോലും
പേടിക്കുന്നൂ ഞാൻ.

29

എൻ നാമത്താലാരെയാണോ
ഞാൻ മറയ്ക്കുന്നൂ.
അവന്റെ പേരിൻ തടവറയിൽ ഞാൻ
കിടന്നു കരയുന്നൂ.

മറന്നു സകലം രാവും പകലും
ഞാൻ പണിചെയ്യുന്നൂ;
ആ നാമത്തെ മാനത്തോളം
മേലെയുയർത്തീടാൻ.

അതിന്നിരുട്ടിൽ മുഴുകീ ഞാനെൻ
നേരിനെ വെടിയുന്നൂ.
മണ്ണിനുമേലേ മണ്ണാൽ ഞാനെ-
ന്നാത്മം പണിയുന്നൂ.
അതിലൊരു വിടവും വീഴരുതെന്നെൻ
ജാഗ്രത പിടയുന്നൂ.
ഈയൊരു മിഥ്യയെ രക്ഷിക്കാൻ
ഞാനെന്നെക്കളയുന്നൂ.

30

അവിടത്തെ സവിധത്തിലെത്തിച്ചേരാൻ
തനിയേയാണല്ലോ ഞാൻ പോന്നുവന്നു.

എന്നാലിരുട്ടിന്റെ മൗനങ്ങളിൽ
അറിയാത്തൊരാളെന്റെ പിറകേ വന്നു.
അവനെ ദൂരത്താക്കാൻ പലപാടും ഞാൻ
പലതും പണിപ്പെട്ടു ചെയ്തുനോക്കീ.
കൊടുവഴി ചുറ്റിപ്പോയ്, വഴി മാറി ഞാൻ
അറിയാത്ത മട്ടിൽ നടന്നു നോക്കീ.
രക്ഷപ്പെട്ടെന്നു നിനച്ചു പോയാൽ
പിന്നിലവന്റെ കാലൊച്ച കേൾക്കാം!

ഭൂകമ്പമാണവൻ കാൽവയ്ക്കുമ്പോൾ
ഭീതിയേറ്റീടുമാ ശബ്ദം പോലും.
മിണ്ടുവാൻ ഞാനൊന്നു നാവുയർത്താൽ
മിണ്ടുമവനെന്റെയൊച്ച താഴ്ത്താൻ.

ഇപ്പോഴറിയുന്നു ഞാൻ തന്നവൻ
ലജ്ജയൊരല്പവും തീണ്ടാത്തവൻ.
അവനെയും കൂട്ടി നിൻ നടയിൽ വരാൻ
നാണിച്ചു ദൂരത്തു നില്പാണു ഞാൻ.

31

"**അ**ല്ലയോ ബന്ദീ,
ഏതു കൈകളാണ്
നിന്നെ ബന്ധിച്ചത്?"

"എന്നെ ബന്ധിച്ചത്
എന്റെ
നാഥൻതന്നെയാണല്ലോ
എന്നെ ബന്ധിച്ചത്
അവന്റെ
വജ്രക്കയറുതന്നെയാണല്ലോ
ഏറ്റവും കേമനാണെന്ന്
ഞാൻ
അഹങ്കരിച്ചിരുന്നല്ലോ
രാജഭോഗംപോലും
ഞാൻ
കൈയടക്കിയിരുന്നല്ലോ
നാഥനുവേണ്ടി
വിരിച്ച മെത്തയിൽ
ഞാൻ ഉറങ്ങിയല്ലോ
ഉണർന്നപ്പോൾ
ബന്ദിയാവുകയും
ചെയ്തല്ലോ."

'അല്ലയോ ബന്ദീ,
ഈ വജ്രപാശം
പണിതെടുത്തതാരാണ്?"

"ഒരുപാടു പണിപ്പെട്ട്
ഇതു പിരിച്ചെടുത്തത്
ഞാൻ തന്നെയാണല്ലോ
ഞാനൊരാൾമാത്രമാണ്
സ്വതന്ത്രനെന്ന്
ഞാൻ വിചാരിച്ചുപോയല്ലോ
മറ്റുള്ളവരൊക്കെ
ദാസന്മാരാണെന്ന്
ഞാൻ കരുതിപ്പോയല്ലോ
അതുകൊണ്ടാണല്ലോ ഞാൻ
ഈ കയറു
പിരിച്ചെടുത്തത്
അതിന്നായി സഹിച്ച
വേദനയ്ക്കും വറുതിക്കും
കണക്കില്ലല്ലോ
ഈ കയറിന്റെ
ബലം നോക്കി
ഞാൻ നില്ക്കയായിരുന്നല്ലോ
അതിൽ ബന്ദിയായത്
ഞാൻ
തന്നെയായിപ്പോയല്ലോ"

32

സ്നേഹിക്കുന്നോരെല്ലാമെന്നെ
ബന്ദിയാക്കുന്നൂ.
നിന്റെ സ്നേഹം തീർത്തും ഭിന്നം
പാടേ വ്യത്യസ്തം.

നീ വന്നെന്നെ സ്നേഹത്താലേ
ബന്ധിക്കുന്നീലാ.
പകരം മറഞ്ഞു നിന്നിട്ടെന്നെ
സ്വതന്ത്രനാക്കുന്നൂ.
മറ്റുള്ളവരതു ചെയ്യില്ലാ ഞാൻ
അവരെ മറന്നാലോ.

നാളുകളങ്ങനെ പോകുന്നൂ, ഞാൻ
നിന്നെ കാണ്മീലാ.
നിന്നെ ഞാനന്വേഷിച്ചാലും
തേടീലെന്നാലും
എന്നിഷ്ടംപോൽ ജീവിക്കുന്നൂ
ഞാനിവിടെന്നാലും
എന്റെയാഹ്ലാദത്തിൽമാത്രം
നിനക്കു സന്തോഷം.

33

അന്തിക്കവരെൻ വീട്ടിൽ വന്നി-
ട്ടിങ്ങനെ കെഞ്ചി:

'ഇവിടൊരു കോണിൽ ഞങ്ങളിരിക്കാം.
നിൻ പൂജയ്ക്കായ് വേണ്ടതു ചെയ്യാം.
പ്രതിഫലമായ് നീ കനിഞ്ഞു നല്കും
പൂജാശിഷ്ടം മാത്രം പോരും."

ദരിദ്രരാണവർ,
ക്ഷീണിതരാണവർ,
മുഷിഞ്ഞ വസ്ത്രമുടുക്കുന്നോരും.

അവരെൻ വീട്ടിൻ തിണ്ണക്കോണിൽ
ഏറേ മടിയൊടെ കയറിയിരുന്നു.
രാവായപ്പോൾ കണ്ടൂ ഞാനവർ
പൂജാമേടയിലൊളിച്ചുകയറി
നൈവേദ്യങ്ങൾ മോഷ്ടിക്കുന്നു!

34

നിന്നെ സർവ്വേശ്വരനായിക്കാണാൻ
മാത്രം ഞാനെന്നുള്ളിൽ ശേഷിക്കട്ടെ.
നിന്നെയെവിടെയും കാണ്മതിന്നും
എല്ലാവിധേനയും നീയുമായി
താദാത്മ്യം കൈവരിച്ചീടുവാനും
നിമ്മുന്നിൽ രാത്രിയും പകൽനേരവും
മേല്ക്കുമേൽ പ്രേമം സമർപ്പിക്കാനും
മാത്രമായ് എന്നുള്ളിലിച്ഛാശക്തി
കൺകൾ തുറന്നു ലസിച്ചിടട്ടെ.
നിന്നെയൊരിടത്തും ഈയുള്ളവൻ
മറകെട്ടി മാറ്റാതിരുന്നിടട്ടെ.
അത്രയ്ക്കു മാത്രം ഞാൻ ശേഷിക്കട്ടെ.

നിന്നുടെയാജന്മലീലയ്ക്കായി
നീയെന്നെയെന്നും നിലനിർത്തുന്നു.
നിന്റെയാക്കൈകളിൽ ബദ്ധനായി-
ട്ടീ മാതിരി ഞാൻ കഴിഞ്ഞുകൊള്ളാം.
അതിനുള്ള ബന്ധമേ തമ്പുരാനേ-
യിനിയെന്നിൽ ശേഷിക്ക വേണ്ടതുള്ളൂ.

നിന്നെയെന്നാത്മാധിനായകനായ്-
ത്തന്നെ ഞാനെന്നും കരുതിക്കൊള്ളാം.

35

എവിടെ, മനം ഭയശൂന്യം
എവിടെ, ശീർഷം അനീതം
എവിടെ, സ്വതന്ത്രം ജ്ഞാനം...

എവിടെ, ഗൃഹഭിത്തികളാൽ
വിഭജിതമായി ഭുവനം
ലീലാങ്കണപരിധികളിൽ
രാവും പകലും തടവിൽ
വീണുകിടക്കാതുള്ളൂ...

എവിടെ, ഹൃദന്തത്തിന്റെ
ഉള്ളിന്നുള്ളിൽനിന്നും
വാക്കുകൾ ശങ്കാഹീനം
ചിറകുവിരിക്കുന്നേടം...

എവിടെ, ദ്ദിക്കുകൾ തോറും
എവിടെ, നാടുകൾ തോറും
കർമ്മത്തിന്റെ പ്രവാഹം
സഹസ്രവേണിയായി
നിർവിഘ്നം പടരുന്നൂ...

എവിടെ, ദുരാചാരത്തിൻ
മരുഭൂനിരകൾ താണ്ടി

അവിഘ്നവാഹിനിയായി
വിചാരധാര വരുന്നൂ...

എവിടെ, ത്തുണ്ടുകളായി
പൗരുഷമുടയുന്നീല,
എവിടെ, ച്ചെയ്തികൾ മുഴുവൻ
എവിടെ, ച്ചിന്തകൾ മുഴുവൻ
എവിടെ, ച്ചിരികൾ മുഴുവൻ
നിന്നാൽ വന്നെത്തുന്നൂ...

ആ സ്വാതന്ത്ര്യസ്വർഗ്ഗം
കണികാണുന്നതിനായി
ഇന്ത്യക്കാരെ മുഴുവൻ
ഹേ, പിതാവേ! നിന്റെ
ഹസ്താഘാതത്താലേ
വിളിച്ചുണർത്തീടണമേ!

കുട്ടികൾക്കുള്ള പരിഭാഷ:

മനസ്സുകൾ ഭയമറിയാത്തയിടം
ശിരസ്സുകൾ താണടിയാത്തയിടം
അറിവുകൾ മുറിവണിയാത്തയിടം
ജനതകൾ പലതാകാത്തയിടം

ചൊൽവതു നേരാകുന്നയിടം
ചെയ്‌വതു ശരിയാകുന്നയിടം
ചിന്തകൾ വഴിതെറ്റാത്തയിടം
ചിത്തുകൾ നേരേ പോകുമിടം

അവിടം അവിടം അവിടം താൻ
സ്വാതന്ത്ര്യത്തിൻ സ്വർഗ്ഗപുരി
എന്റെ പിതാവേ, എന്റെ പിതാവേ
എൻ നാടവിടേയ്ക്കുണരേണം.

('സ്വാതന്ത്ര്യഗീതം', പേജ് 45, *സാർവ്വദേശീയഗാനങ്ങൾ*, മൈത്രി ബുക്സ്, തിരുവനന്തപുരം, 2011)

36

പ്രഭോ,
എന്റെ ദൗർബല്യങ്ങൾ
ഹൃദയത്തിന്നുള്ളിൽനിന്ന്
നീ ബലമായി മുറിച്ചു കളയേണമേ.

ഇതാണു ഞാൻ നിന്റെ മുന്നിൽ
അവസാനമായി വയ്ക്കുന്ന
ഒരേയൊരു പ്രാർത്ഥന.

സുഖത്തെ കഠിനമാക്കി
സന്തോഷത്തോടെ അറിയുവാൻ,
ദുഃഖത്തെ നിസ്സാരമാക്കി
ചിരിയോടെ സഹിക്കുവാൻ,.
വേണ്ട കരുത്ത്
എനിക്കു പകരേണമേ.

ഭക്തിയെ കർമ്മത്തിലൂടെ
സഫലമാക്കുവാനുള്ള
ശക്തി എന്റെയുള്ളിൽ
എന്നും ഉണ്ടാക്കിത്തരണമേ.

സംതൃപ്തിയും സ്നേഹവും
പുണ്യകർമ്മങ്ങളിലൂടെ

എന്നിൽ വികസിച്ചുവരാൻ
കനിയണമേ.

പാവങ്ങളെ നിസ്സാരരായി
കരുതുവാതിരിക്കാനും
പ്രബലരുടെ കാൽച്ചുവട്ടിൽ
വീഴാതിരിക്കാനുമുള്ള
ധൈര്യം എന്റെയുള്ളിൽ
അങ്കുരിക്കേണമേ.

അവിടുത്തെ ചരണങ്ങളിൽമാത്രം
ശിരസ്സുതാഴ്ത്തുവാനും
അതേ നില
എന്നെന്നേക്കും തുടരാനും
ഇടതരേണമേ.

37

സകല കടമയും തീർന്നെന്റെ മുന്നിലെ-
പ്പെരുവഴികളോ മുഴുവൻ കഴിഞ്ഞുപോയ്.
ഇനിയെനിക്കില്ല പാതകൾ പോകുവാൻ
ഇനിയെനിക്കില്ല കർമ്മങ്ങൾ ചെയ്യുവാൻ.

ഉടുതുണിയും മുഷിഞ്ഞു, ഞാൻ കരുതിയ
പൊതിയിലെച്ചോറു മുഴുവനും കാലിയായ്.
എവിടെയെത്തിയാലെന്തിനി?, ത്തീർക്കണം
പഴകി ജീർണ്ണിച്ച ജന്മം വിമൂകമായ്.

എങ്കിലും, മുന്നിലിപ്പൊഴും കാണ്മു ഞാ-
നതിരെഴാത്ത നിൻ ലീലാവിലാസങ്ങൾ.
ഉറവു വറ്റാത്ത കരകളിൽപ്പിന്നെയും
കുതികുതിച്ചു വരുന്ന നവീനത.

പഴയ ശബ്ദങ്ങൾ നാവിൽ നിലയ്ക്കവേ
കരളു നീട്ടുന്നു ഗാനങ്ങൾ പുതിയവ.
പഴയ പാതകൾ പാടേ നിലയ്ക്കിലും
പുതിയ നാടുകൾ കാട്ടുന്നു പാതകൾ.

38

എനിക്കു നീ മതി നിന്നെ മാത്രം
ഇതു പറയട്ടെൻ ചിത്തം.

മോഹാന്ധൻ ഞാൻ ചുറ്റിത്തിരിവൂ
പലതും കിട്ടാൻ വേണ്ടി.
എല്ലാം മിഥ്യ സകലം മിഥ്യ
എനിക്കു നീ മതി സത്യം.

വെട്ടം കിട്ടാനുള്ളൊരു മോഹം
രാത്രിയൊളിക്കും പോലെ.
അഗാധമാമെൻ മോഹത്തിന്നിടെ
നിന്നെ മോഹിപ്പൂ ഞാൻ.

ശാന്തത ചിന്തും കൊടുകാറ്റുകളും
ശാന്തിക്കായ് ദാഹിക്കും.
നിന്നെ നോവിക്കുമ്പോഴും ഞാൻ
നിന്നെ മോഹിക്കട്ടെ.

39

ഹൃദയം വരണ്ടുപോകുമ്പോൾ, പ്രഭോ!
അനുതാപപൂരമായ് നീ വന്നാലും.
മധുരിമയപ്പാടെ വറ്റുംനേരം
കവനാമൃതം തൂകി നീ നിന്നാലും.

പ്രബലാകാരംപൂണ്ടു കർമ്മമെല്ലാം
ചുഴലവും ഗർജ്ജനം കൊണ്ടിടുമ്പോൾ,
മൃദുപാദദ്ധ്വനിയോടെ നിശ്ശബ്ദനായ്
വരിക നീയെൻ ഹൃദയാന്തരത്തിൽ.

കൃപണസ്വഭാവിയായ് ഒരു മൂലയിൽ
ചകിതഹൃദയനായ് ഞാനിരിക്കേ,
കിരുകിരെ കതകിന്റെ പാളി നീക്കി
നൃപനെപ്പോൽ പ്രൗഢിയിൽ നീ വന്നാലും.

പൊടിപടലങ്ങളിൽ മുക്കിയെന്നെ
തമസ്സിങ്കലാശകൾ തള്ളിടുമ്പോൾ,
ഉണർവ്വിന്റെ നേരിന്റെ നാഥനായി
കഠിനപ്രഭയോടെ നീ വന്നാലും.

40

ദേവേന്ദ്രാ, ദീർഘദീർഘമാ-
യനാവൃഷ്ടി തുടരുന്നു
വറ്റിവരണ്ടുപോയ്
ഇന്നെൻ ഹൃദയമാകെ.

ഭീതികരമായും ശൂന്യമായും കാണാം
ചക്രവാളം
ജലരേഖയൊരിടത്തും കാണ്മതുമില്ല.
വർഷകാലം വരുന്നെന്ന
ശ്യാമളസന്ദേശത്തോടെ
ദൂതരായിട്ടൊരുവരും വരുന്നുമില്ല.

അങ്ങേയ്ക്കിഷ്ടമാകുമെങ്കിൽ
ഹേ ദേവ
കൊണ്ടുവന്നാലും
പ്രചണ്ഡമാം കൊടുങ്കാറ്റ്
മേഘഘോഷങ്ങൾ.

ഇടയ്ക്കിടെ
മിന്നൽപ്പിണർച്ചാട്ടവാറിന്നടിയേറ്റ്
ദിഗന്തരാളം മുഴുവൻ കുലുങ്ങിടട്ടെ.
പ്രഭോ,
തീർത്തും നിശ്ചലവും ഭീകരവുമാകുമുഷ്ണം,

നിശ്ശബ്ദവും വ്യാപകവുമായ ദാഹവും
ദുസ്സഹമാം നൈരാശ്യത്തിൻ താപവും മാത്രമിവിടെ
അവയൊക്കെ അവിടന്നു സംഹരിച്ചാലും.

പിതാവു കോപിക്കും നേരം
കണ്ണീർകൊണ്ട മിഴികളാൽ
അമ്മ തന്റെ ശിശുവിനെ നോക്കുന്നതുപോൽ
നിൻ കടാക്ഷമടിയനെ
തേടിയിപ്പോഴെത്തിയെങ്കിൽ
നിൻ വരമെന്നെയും തേടി
വന്നെത്തിയെങ്കിൽ.

41

നിഴലിൽ മറഞ്ഞെങ്ങാണങ്ങു നില്പൂ;
ആരൊരാൾക്കായ്; എല്ലാവർക്കും പിന്നിൽ?

അരികിലേക്കങ്ങയെ മാറ്റുന്നു നീളവേ
പൊടിപൂണ്ട കാലോടെ വഴിനടപ്പോർ.
അവിടുന്നു നിസ്സാരനെന്നുതന്നെ
കരുതിയാണവരൊക്കെ പോയീടുന്നു.

അങ്ങേയ്ക്കായൊരു കൂടപ്പൂവുമായി
വഴിമരച്ചോട്ടിൽ ഞാൻ കാത്തിരിപ്പൂ.
വരുവോരാ പൂക്കളുമായ്പ്പോകുന്നൂ
പൂക്കൂട കാലിയായ് മാറീടുന്നൂ.

പുലർവേള പോയീ നട്ടുച്ച പോയീ
പകലറുതിയിപ്പോൾ കടന്നുവന്നൂ.
കൺപോളയറിയാതെ കൂമ്പിടുന്നൂ
ഞാൻ മയക്കത്തിലേക്കാണ്ടിടുന്നൂ.

വീടെത്താൻ പോകുവോരെന്നെ നോക്കി-
യൂറിച്ചിരിപ്പു ഞാൻ നാണിക്കുന്നൂ.
ചേലാഞ്ചലത്താൽ മുഖം മറച്ച്
യാചകിയെപ്പോലെ ഞാനിരിപ്പൂ.

എന്തു വേണം നിനക്കെന്നാരാനും
ചോദിച്ചാൽ ഞാൻ തല താഴ്ത്തിപ്പോകും.
അങ്ങയെ വേണമെന്നെങ്ങനെ ഞാൻ
ചൊല്ലു, മെനിക്കാകെ നാണിക്കുന്നൂ.

അവിടുന്നു വരുമെന്നു മനസ്സിലെണ്ണി
വഴിയിലേക്കെപ്പോഴും നോക്കി നോക്കി
പകലുകൾ ഇരവുകൾ ഞാനിവിടെ
നിമിഷങ്ങളെണ്ണിക്കഴിഞ്ഞീടുന്നൂ.

രാജാധിരാജനാം നീ വരുമ്പോൾ
കാഴ്ചയൊരുക്കാൻ ഞാൻ കാത്തുവച്ചു
ദാരിദ്ര്യവും എന്റെ ദുഃഖങ്ങളും.
നിർഭാഗ്യയാകും ഞാനെൻ മനത്തെ-
യാരെ ബോധിപ്പിക്കാൻ, അതു രഹസ്യം.

ഈ പുല്ലിൻ തിട്ടയിൽ വന്നിരുന്ന്
ദീർഘമാം നിൻ പാതയുറ്റു നോക്കി
ഈ വിധം ഞാനിപ്പോൾ ചിന്തിക്കുന്നു:

"മുഴുവൻ പ്രകാശവും പ്രസരിപ്പിച്ചും
പ്രൗഢി മുഴുവനും കാട്ടിക്കൊണ്ടും
നീയെന്റെ ചാരത്തു തന്നെ വരും
നിൻ തേരിൽ പൊന്നിന്റെ കൊടികൾ പാറും
വേണുവൂതും നാദം നീളെപ്പൊന്തും
നിൻ പ്രതാപത്തിന്റെ ഭാരത്തിനാൽ
ഭൂമി പ്രകമ്പനം കൊണ്ടു നില്ക്കും.
എൻ പ്രാണൻ ഞെട്ടിയുണർന്നെണീക്കും
എൻ ദേഹം നൃത്തം ചെയ്യാൻ തുടങ്ങും.
വഴിയാത്രക്കാരൊക്കെ വിസ്മിതരായ്
നിന്നേടം നിന്നതു കണ്ടു നില്ക്കും.
അവിടുന്നീ പാതയിലേക്കിറങ്ങും
ചിരി തൂകി ഇരുകൈയും നീട്ടി വരും.

പൊടിയിൽ നിന്നെന്നെയെടുത്തുയർത്തും
നിൻ തേരിലേക്കെന്നെ കൊണ്ടുപോകും.
ഭിക്ഷുകിയെപ്പോൽ കുചേലയായ് ഞാൻ
നിന്റെയിടംപാടു ചേർന്നു നില്ക്കും.
ലജ്ജയാൽ മോദത്താൽ മാനത്താലും
ഒരു വള്ളിച്ചെടി പോലെ ഞാൻ വിറയ്ക്കും."

നേരമിതാ വേഗം പൊയ്പ്പോകുന്നു
കാതു കൂർപ്പിച്ചു ഞാൻ കാത്തിരിപ്പൂ.

എവിടെ എവിടെ നിൻ രഥചക്രങ്ങൾ
പോന്നുവന്നെത്തും സ്വരമെവിടെ?

എത്ര ജനങ്ങൾ നിൻ വഴിയിൽക്കൂടി
അഭിമാനം ചൂടിയുമന്തസ്സോടും
എത്രയോ കാലം കടന്നുപോയി.
എത്രയോ വീരവാദങ്ങൾ പൊന്തി.
സകലരും പോയിട്ടും അവിടുന്നിന്നും
നിഴലുകൾ മറ പറ്റി മാറി നില്പു!
യാചകിയാമെന്റെ ലജ്ജാഭാരം
കണ്ണീരായെന്നുമൊഴുകേണമോ,
എൻ കീറമുണ്ടെന്നും നനയേണമോ,
അതു തന്നെയോ നിന്റെ മോഹമെന്നും?

42

ഒരു ചെറുതോണിയിൽ നീയും ഞാനും
മാത്രം കയറേണം,
ഒരു ലക്ഷ്യവുമില്ലാതങ്ങനെ
തുഴഞ്ഞുപോകേണം,
ഒരുവർക്കും തിരിയരുതീ മന്നിൽ
നമ്മൾ ചെന്നെത്തും
തീർത്ഥസ്ഥാനം - ഇങ്ങനെയെല്ലാം
മനസ്സിൽ കണ്ടു ഞാൻ.

കരകാണാത്തൊരു കടലിൽക്കൂടി
നമ്മൾ പോകുമ്പോൾ,
നിനക്കുമാത്രം കേൾക്കാൻ ഞാനൊരു
ഗാനമുതിർത്തീടും.
തിരമാലകളെപ്പോലെ സ്വതന്ത്രം
നീരവമാം ഗാനം.
നീയാ ഗാനം കേൾക്കും നിൻ ചൊടി
പുഞ്ചിരി തൂകീടും.

എന്ത്, യാത്രാരംഭമുഹൂർത്തം
വന്നിട്ടില്ലെന്നോ?
വേലകളിനിയും തീരാനേറെ
ബാക്കിയുമാണെന്നോ?

നോക്കൂ, സാഗരതീരത്തേക്ക്
സന്ധ്യ നടന്നെത്തി.
കടലിന്നക്കരെനിന്നും കിളികൾ
ചേക്കേറാൻ വരവായ്.

എപ്പോഴെത്തും കടലിൻ കരയിൽ
തോണിയിറക്കാൻ നീ,
അതു നീങ്ങട്ടെ രാത്രിയിലേക്കൊരു
ലക്ഷ്യവുമില്ലാതെ;
പകലറുതിയിലെ സൂര്യൻ നീട്ടും
കിരണത്തെപ്പോലെ.

43

ഒരുക്കമൊന്നും ഞാൻ ചെയ്തീലാ
നീയപ്പോഴെത്തീ.
വിശ്വത്തിൻ രാജാവാകും നീ
വിലാസമില്ലാതെ,
നിസ്വർക്കൊപ്പം ചിരിയും തൂകി,
മമ ഹൃദയം തേടി.

ഏറിയ ദിവസം, ഏറിയ നേരം,
നിൻ ശാശ്വതമുദ്ര
അവിടെച്ചാർത്തിക്കഴിഞ്ഞശേഷം
തിരിച്ചു നീ പോയി.

നിൻ വിരലടയാളങ്ങൾ വീണോ-
രപൂർവ്വനേരങ്ങൾ...
ഇപ്പോൾ, ഞാനാ കാഴ്ചകളിപ്പോൾ
തിരിഞ്ഞുനോക്കുമ്പോൾ,
പൊടിയിൽ വീണവ മൂടിപ്പോയ്, എൻ
സ്മൃതിയുടെ വേദികയിൽ,
സുഖദുഃഖങ്ങൾ കലർന്നു കാണും
ക്ഷണസംഭൂതികളിൽ.
എന്റെ കളിപ്പുര നിറയേക്കാണാം
മണ്ണും കട്ടകളും.
അതു കാണുമ്പോൾ പുച്ഛത്തൊടെ നീ
തിരിച്ചുപോകല്ലേ.

കളികൾക്കിടെ ഞാൻ നീളെക്കേട്ട
നിന്റെ പദദ്ധ്വനികൾ
കേൾപ്പൂ ഞാൻ രവിചന്ദ്രന്മാരി-
ലലയ്ക്കും ഗീതത്തിൽ!

44

വഴിയിലേക്കിങ്ങനെ നോക്കിയിരിപ്പു ഞാൻ
അതിൽമാത്രമെന്റെയാനന്ദം.

വെയിലും തണലും കളിക്കുന്നു തങ്ങളിൽ
മഴ പോയ് വസന്തം വരുന്നു.
ഒരുപാടുപേരിതാ വർത്തമാനങ്ങളും
വിതറിക്കടന്നുപോകുന്നു.
മാനസം വല്ലാത്ത സന്തോഷമറിയുന്നു
തെന്നൽ പതുക്കെ വീശുന്നു.

പകൽ തീരുവോളമീ പടിയിൽ ഞാൻ ഏകാകി
വഴിയിലേക്കാണെന്റെ കൺകൾ.
ഒരു ശുഭമുഹൂർത്തത്തിലെന്നെപ്പൊടുന്നനെ
മോക്ഷം തിരക്കി വന്നെത്തും.
പുഞ്ചിരിപൊഴിക്കും മനസ്സിനാൽ ഞാനെന്റെ-
യിഷ്ടസംഗീതം പൊഴിക്കും.
തരളമാം തെന്നൽ സുഗന്ധവും കൊണ്ടിതാ
ഇവിടേക്കു മെല്ലെയെത്തുന്നു.

വഴിയിലേക്കിപ്പൊഴും നോക്കിയിരിപ്പു ഞാൻ
അതിൽമാത്രമെന്റെയാനന്ദം!

45

അവന്റെ ചരണധ്വനി കേട്ടില്ലേ?
അവൻ വരുന്നു, വരുന്നു.

യുഗങ്ങൾ തോറും മാത്രകൾ തോറും
രാവുകൾ, പകലുകൾ തോറും
അവൻ വരുന്നു, അവൻ വരുന്നു,
തുടരുന്നാ വരവെന്നും.

കിറുക്കനെപ്പോൽ ഞാൻ പാടുമ്പോൾ
അതിന്റെ വരിയും വാക്കും
വിളിച്ചു പറവതു മറ്റൊന്നല്ല
അവൻ വരുന്നതു മാത്രം.

വസന്തമെത്തിയ വനികളിലൂടെ
വരുന്നു നാളുകളായി.
ശ്രാവണത്തിൻ കാളിമതാണ്ടി
മേഘരഥത്തിൽ വരുന്നു.

ദുഃഖം കുമിയേയെന്റെ മനസ്സാ
ചരണധ്വനി കേൾക്കുന്നു.
സുഖമെത്തുമ്പോഴെൻ ദേഹത്താ
തൂവൽ വന്നുതൊടുന്നു.

അതാ വരുന്നൂ, അവൻ വരുന്നൂ,
അവൻ വരുന്നു... വരുന്നു!

46

എത്രയോ കാലമായ് എന്നെക്കാണാൻ
അവിടുന്നു വന്നുകൊണ്ടേയിരിപ്പൂ.
അവിടുത്തെ സൂര്യചന്ദ്രന്മാർക്കാമോ
അവിടുത്തെയെന്നെന്നും മറയിൽവയ്ക്കാൻ?

ഉദയത്തിൽ സന്ധ്യയിലവിടുത്തെയാ
പദനാദം കേൾപ്പൂ ഞാനെത്രനാളായ്.
അവിടുത്തെ ദൂതനെൻ കരളിൽവന്നു
രഹസ്യമായെന്നെ ക്ഷണിച്ചുപോയി.

ഹേ പാന്ഥാ! എൻ ആത്മാവിന്നു ദീനം,
ഹൃദയം ആമോദത്താൽ ചഞ്ചലിതം.
ശിഷ്ടകർമ്മങ്ങൾ സകലം തീർക്കാൻ
സമയം ഇന്നിപ്പോൾ സമാഗതമായ്.

അവിടുത്തെ പരിമളം പൂണ്ട തെന്നൽ
ഇവിടിതാ വീശുന്നൂ മന്ദമന്ദം.

47

രാവിൽ മുഴുവൻ വഴിയിൽ നോക്കി
ഞാനിരുന്നല്ലോ.
ഭയമാകുന്നൂ, പുലരുമ്പോൾ ഞാൻ
വീണുമയങ്ങില്ലേ?
അപ്പോ, ഴവനെൻ പടിവാതില്ക്കൽ
വന്നു നിന്നാലോ!

മരങ്ങളാണീ വീടിനു ചുറ്റും
എന്നവനറിയുന്നു.
സ്നേഹിതരേ, വഴി മാറിക്കൊൾക
അവനെത്തടയരുതേ.

അവന്റെ പദശബ്ദം കേട്ടുണരാൻ
മറന്നു ഞാനെങ്കിൽ
നിങ്ങളിലാരും വന്നീടരുതേ
എന്നെയുണർത്തീടാൻ.

പുതുവെട്ടത്തിൻ മഹോത്സവത്തിൽ
കിളിനാദം കേട്ടോ
പുത്തിലഞ്ഞിപ്പൂമണത്തിൽ
മദിച്ച കാറ്റേറ്റോ
ഉണർന്നെണീക്കാൻ എനിക്കു തെല്ലും
താല്പര്യമില്ലല്ലോ.

നിങ്ങളെന്നെയുറങ്ങാൻ വിടണം
വന്നെന്നാലുമവൻ.
നിദ്ര! ബോധം പാടെ കെടുത്തും
മോഹനമാം നിദ്ര!
അവന്റെ സ്പർശം കൊണ്ടാൽമാത്രം
ഉണർന്നെണീക്കാം ഞാൻ.
ആ മിഴി കാണാനാകട്ടെ ഞാൻ
കണ്ണുതുറക്കുന്നു.
ആ പുഞ്ചിരിയോ കുതുകത്തോടെൻ
മുഖത്തു വീഴട്ടെ.
അവനെൻ മുന്നിൽ വന്നണയട്ടെ
ഒരു സുഖസ്വപ്നംപോൽ.
എല്ലാ വെട്ടത്തിന്നും മുമ്പവ-
നെന്നെക്കാണട്ടെ.
പ്രഭാതവേളയിലെന്നെയുണർത്താൻ
വരുന്നതവനാട്ടെ.
കരുണ നിറഞ്ഞോരാ വദനം ഞാൻ
കാണും നേരത്ത്
കിട്ടും സുഖമെൻ പ്രഥമപ്രചോദന-
മായിത്തീരട്ടെ.
ആ ചൈതന്യം കൊണ്ടെൻ ഹൃദയം
പുളകം കൊള്ളട്ടെ.

ഒരുവരുമെന്നെ വിളിച്ചുണർത്തരു-
തവനതു ചെയ്യട്ടെ.

48

വിഹഗനാദങ്ങൾ വ്യോമരംഗങ്ങളിൽ
ചുഴികൾ തീർക്കുന്നു, വഴികളിൽ നീളവേ
മിഴി തുറന്നിതാ നില്ക്കുന്നു പൂവുകൾ,
പല നിറത്തിൽ തിളങ്ങുന്നു മുകിലുകൾ:
മിഴികളിൽ ഇവയൊന്നുമേ കാണാതെ
വളരെ വേഗത്തിൽ ഞങ്ങൾ നടക്കുന്നു.

മധുരഗാനങ്ങൾ പാടിയില്ലാ ഞങ്ങൾ
കളികളിൽ മുഴുകി നേരം കളഞ്ഞീല.
ഒരു മറവിയിൽപ്പോലും ഇടംവലം
ചുവടുമാറ്റുവാൻപോലും തുനിഞ്ഞീല.
ഗ്രാമവാണിഭസ്ഥാനത്തു പോയീല
ഒരുവകയും പറഞ്ഞീല മിണ്ടീല.
ഒരുവരെയും ഹസിക്കുവാൻ നിന്നീല
സമയപാതയിൽ വേഗം നടന്നുപോയ്.

ഒടുവിൽ സൂര്യൻ തലയ്ക്കു മീതേ വന്നു,
അരിയ പ്രാവുകൾ കുറുകുന്നു തണൽകളിൽ.
കരിയിലകളോ ചൂടുള്ള കാറ്റത്ത്
വെറുതെ നീളവേ പാറിപ്പറക്കുന്നു.

വഴിമരത്തിൻ ചുവട്ടിലെത്തണലത്തൊ-
രിടയബാലൻ തളർന്നുറങ്ങീടുന്നു.
ഒരു കുളത്തിന്റെ കരയിലായ്ക്കണ്ടൊരാ-
പ്പുൽപ്പടർപ്പിന്റെ മാറിൽക്കിടന്നു ഞാൻ.

ചിരിമുഴക്കിക്കടന്നുപോയ് കൂട്ടുകാർ
ശിരസ്സു തെല്ലുമിളക്കാതെ നീളവേ.
ഒരുവനും തിരിഞ്ഞൊട്ടുമേ നോക്കീല,
സകലരും പോയ്മറഞ്ഞു മരങ്ങൾതൻ
നിഴലിൽ വഴിചെന്നു തീരുന്ന ബിന്ദുവിൽ.
മലകൾ വനികകൾ താണ്ടിയവരൊക്കെ
വളരെ ദൂരങ്ങൾ പിന്നിട്ടു പോയതാം.
ദുഃഖപഥികരേ, ധന്യരത്രേ നിങ്ങൾ!

ഒന്നെണീക്കുവാൻ തോന്നുന്നുവെങ്കിലും
മനസ്സു പക്ഷേ, വിലക്കയാണിപ്പൊഴും.
കിളികളപ്പൊഴും പാടുന്ന പാട്ടിലും
മുളകൾ കൊട്ടുന്ന താളമേളത്തിലും
തളിർകളാടുന്ന നൃത്തനൃത്യത്തിലും
പരമമാം സുഖം കൊണ്ടബോധങ്ങളിൽ
ധരണിതൻ മടിത്തട്ടിൽ കിടന്നു ഞാൻ.

അരിയ നൃത്തത്തിൽ മുഴുകിനില്ക്കുന്നിതാ
മുളകൾതൻ നിഴൽ നീളെയെൻ കൺമുന്നിൽ.
എന്നെ മത്തനാക്കുന്നു മാമ്പൂമണം
മിഴികൾ മീട്ടുന്നു മധുമക്ഷികാരവം.
വെയിലുമൂടിയ ഹരിതവിശ്രാന്തിയെൻ
കരളിൽ മെല്ലെയലിഞ്ഞുതീരുന്നിതാ.

എന്തിനീയാത്ര എന്തിനീ ദുഃഖങ്ങൾ
ഒക്കെയൊക്കെ മറന്നുപോകുന്നു ഞാൻ.
എന്റെ സത്ത പകർന്നു ഞാൻ പങ്കിട്ടു
നിഴലുകൾക്ക്, മണങ്ങൾക്ക്, പാട്ടിന്ന്.

ഒന്നുമൊന്നുമറിയാതുറങ്ങി ഞാൻ
ഒന്നുമേയെനിക്കോർമ്മ കിട്ടുന്നീല.
ഗാഢനിദ്രയ്ക്കിടയ്ക്കെന്റെ കണ്ണുകൾ
ഞാനറിയാതെ മെല്ലെത്തുറന്നുപോയ്.

കണ്ടതങ്ങയെ, എവിടെ നിന്നോ വന്ന്
എൻ മുഖം നോക്കി നിന്നീടുമങ്ങയെ!
എന്റെ ജാഡ്യം മുഴുവനും പോയ്, അങ്ങ്
പുഞ്ചിരിയാൽ തുടച്ചെടുത്തെന്നപോൽ.

ഇനിയുമെത്രയോ താണ്ടണം ദൂരങ്ങ-
ളെന്നൊരാ ചിന്തയെത്തുന്നു പിന്നെയും.
ഇനിയുറങ്ങില്ലയെന്നു നിരൂപിച്ചു,
അന്തിയാം മുമ്പ് പുഴകടന്നില്ലെങ്കിൽ
എന്തു ചെയ്യുവാനെന്നും വിഷാദിച്ചു.
എങ്കിലോ, കണ്ടതങ്ങയെ ഒടുവിലായ്.

49

നാഥാ! നിന്റെയരമന വിട്ട്
താഴെയിറങ്ങീ നീ.
അതിഥികളില്ലാത്തോരെൻ വീടിന്റെ
പടിക്കൽ വന്നൂ നീ.
ആരും കേൾക്കാതിരുന്നു തനിയേ
ഞാൻ പാടുംനേരം;
അതുകേട്ടെന്റെ വീട്ടുപടിക്കൽ
ശിലപോൽ നിന്നൂ നീ.

ഗീതികയെത്ര മുഴങ്ങുന്നുണ്ടാം
നിന്റെ സഭാമദ്ധ്യേ;
എത്ര വിദഗ്ദ്ധർ പാടുന്നുണ്ടാം
നിന്റെ സദസ്സിങ്കൽ.
എന്നിട്ടും, ഈ വിലയില്ലാത്ത
ഗാനം നീ കേട്ടൂ.
പ്രപഞ്ചസംഗീതത്തിൽ കരുണം
ഈ സ്വരവും ചേർന്നൂ.

കൈയിൽ വിവാഹമാല്യവുമായി
താഴെയിറങ്ങീ നീ.
എൻ വീടിന്റെ പടിവാതില്ക്കൽ
നില്ക്കുകയായീ നീ!

50

നാട്ടിൻപുറത്തെ വഴികളിൽ ഞാൻ
യാചിച്ചലയുകയായിരുന്നു.
പൊൽത്തേരിലങ്ങുന്നു വന്നിരുന്നു
പൊൻവെട്ടമെങ്ങും പരന്നിരുന്നു.
എവിടത്തെ രാജാവാമങ്ങുന്നെന്ന്
ചിന്തിച്ചു ഞാനങ്ങു നിന്നിരുന്നു.

ഈ നാളു നന്നെന്ന തോന്നൽതന്ന്
നേരം വെളുക്കുകയായിരുന്നു.
ഇന്നു ഞാൻ കൊറ്റിന്നു വീടുതോറും
തെണ്ടേണ്ടയെന്നോർക്കയായിരുന്നു.

കണ്ടു ഞാ, നപ്പൊന്നിൻ തേരിൽനിന്നും
നീ ഭിക്ഷ തൂവുന്ന നല്ല കാഴ്ച.
ഞാനതെൻ കൈകളാലിന്നു വാരും
മാറാപ്പിലാകേ നിറച്ചെടുക്കും.

നിൻ തേരു വന്നെന്റെ മുന്നിൽ നിന്നു
താഴേക്കവിടുന്നിറങ്ങി നിന്നു.
നിൻ ചിരി കാൺകെയെൻ ക്ലേശമെല്ലാം
ആ നിമേഷത്തിൽ മരിച്ചു വീണു.

"എന്തെങ്കിലും തരൂ" എന്നു ചൊല്ലി
അങ്ങെന്റെ നേരെയാ കൈകകൾ നീട്ടി.
"എന്തിത്?, രാജാവ് തെണ്ടുകയോ?
എന്തിനായിങ്ങനെ? ഈ പരീക്ഷ?"
ഞാൻ തല കുമ്പിട്ടു നിന്നുപോയി.
ഇതു പരിഹാസമോ നാടകമോ?
ഒരു മണി ധാന്യം നിൻ നീൾകൈയിൽ ഞാൻ
പിച്ചയായ് വച്ചു നടന്നു പോയി.

വീടെത്തി മാറാപ്പു കെട്ടഴിച്ചു
തട്ടിക്കുടഞ്ഞു ഞാൻ നോക്കുംനേരം
പിച്ചയരിക്കിടെ സ്വർണ്ണത്തരി;
അങ്ങേയ്ക്കു ഞാൻ തന്നൊരൊറ്റ ധാന്യം!
കൺകളെനിക്കു നിറഞ്ഞുപോയി
തേങ്ങി ഞാൻ നീളെക്കരഞ്ഞുപോയി.
നിൻ കാല്ക്കൽ സർവ്വതും കാഴ്ചവെച്ച്
ഞാനെന്തേയിന്നു മടങ്ങിയില്ല!

51

ഇരവു പിറന്നു,
കൂരിരുളെത്തീ,
വിടുവേലകൾ തീർന്നു.

അതിഥികളാരും
ഇനി വരുകില്ലെ-
ന്നുള്ളമുറപ്പിച്ചു.

വീടുകളുമ്മറ-
വാതിലടച്ചു,
ദൂരെയൊരൊലി കേട്ടു:

"ഇന്നെഴുനള്ളും
നമ്മുടെ രാജാ-
വിങ്ങീ ഗ്രാമത്തിൽ."

"ആരും വരുവാ-
നില്ലിനി", ഞങ്ങൾ
വാതിൽ തഴുതിട്ടു.

ആരോ വാതിലിൽ
മുട്ടീ, ഞങ്ങൾ
കാറ്റെന്നെണ്ണുകയായ്.

ഓടൽവിളക്കുകൾ
കെടുത്തി ഞങ്ങൾ
വീണുമയങ്ങുകയായ്.

ആരോ ചൊല്ലീ:
"രാജാവിന്റെ
ദൂതനിതാ തെരുവിൽ."

"അതു കാറ്റാകും,"
മറുപടി നല്കീ
ചിരിയോടേ ഞങ്ങൾ.

രാവേറെപ്പോയ്-
പ്പെരിയൊരു ശബ്ദം
നാടിനെ ഞെട്ടിച്ചൂ.

"ഇടിവെട്ടാകാം,"
പുലമ്പി ഞങ്ങൾ
പാതി മയക്കത്തിൽ.

ഭൂകമ്പംപോൽ
മറ്റൊരിരമ്പം
കേട്ടൂ, പിന്നാലേ.

"അതു തേരുരുളിൻ
ശബ്ദം ത"ന്നെ
ന്നാരോ പറയുമ്പോൾ,

"ഇടിവെട്ടാണ-,"
തുറക്കപ്പിച്ചിൻ
മറുമൊഴിയുണ്ടായി.

ഇരുളിൽപ്പിന്നെ-
ക്കേൾക്കാറായി,
വൻഭേരീനാദം.

"ഉണരുവിൻ!, ഇനിയും
വൈകരു," തെന്നൊരു
നിനദവുമതിനൊപ്പം.

പേടി മുഴുക്കേ,
നെഞ്ചു തിരുമ്മി,-
ക്കാതോർക്കേ ഞങ്ങൾ,

കേട്ടാ ശബ്ദം:
"കാണൂ ദൂരാൽ
രാജാവിന്റെ കൊടി."

ഞങ്ങളുണർന്നാ-,
രപ്പോഴേയ്ക്കും
നേരംപോയല്ലോ.

"എവിടെ വിളക്ക്?,"
"മാലകളെവിടെ?,"
"എവിടെയൊരുക്കങ്ങൾ?"

"രാജാവെത്തീ,
നമ്മുടെ നാട്ടിൽ,"
"സിംഹാസനമെവിടേ?"

"എന്തൊരു ഭാഗ്യം?,"
"മണ്ഡപമെവിടെ?,"
"എവിടേയുതിർപുഷ്പം?"

ചെവികളിലാരോ
ചൊല്ലീ, പിറകേ
"എന്തിനു വെപ്രാളം?

ഒഴിഞ്ഞ വീട്ടിൽ
ഒരുക്കമില്ലാ-,
തൊഴിഞ്ഞ കൈയോടെ,

ആർപ്പുവിളിച്ചിനി
വരവേറ്റാലും,
രാജാവിനെ നിങ്ങൾ.

വാതിൽ തുറക്കൂ,
ശംഖു മുഴക്കൂ,
രാജാവണയുന്നൂ;

ഇരുട്ടുമുറിയുടെ
രാജാവെത്തീ,
കടുത്ത കൂരിരുളിൽ.

ഒഴിഞ്ഞ മാന-
ത്തിടിവെട്ടുന്നൂ,
മിന്നൽ പുളയുന്നൂ,

ഒരു കീറപ്പാ-
യെങ്കിലുമിനിയാ
യിറയത്തിട്ടാലും;

സങ്കടരാവിൻ
രാജാവെത്തീ,
വൻകാറ്റിന്നൊപ്പം!"

52

മോഹിച്ചൂ ഞാൻ
സന്ധ്യയിൽ നിൻ വന-
മാലിക കൈയേല്ക്കാൻ

ചോദിച്ചില്ലാ
നിന്നോടതു വൻ
പാതകമായാലോ

രാത്രിയിലവയുടെ-
യിതളുകൾ നിന്നുടെ
പായിലുതിർന്നെങ്കിൽ

പുലരിയിലവയെൻ
വിരലുകളാൽ ഞാൻ
വാരിയെടുത്തെങ്കിൽ

ഞാനൊരു ഭിക്ഷാടക-
യായങ്ങനെ
ദേവാ ഇവിടെത്തീ

എങ്കിലുമുതിർമലർ
വാരിയെടുത്തീ-
ലതു പിഴയായാലോ

കണ്ടേൻ ഞാനതു
മാലികയല്ലാ
കരവാളാണല്ലോ

വജ്രംപോലെ കടു-
ത്തൊരു വാൾ തീ-
ക്കനൽപോൽ മിന്നും വാൾ

ഇളവെയിൽ ജനൽ വഴി
നിന്നുറി പൂകി-
പ്പായയിൽ വീഴുന്നൂ

"കുഞ്ഞേ എന്തേ
നിനക്കു കിട്ടീ?"
കിളികൾ തിരക്കുന്നൂ

മാലികയല്ലാ
താലവുമല്ലാ
പനിനീർക്കുലയല്ലാ

എനിക്കു നിന്നുടെ
സമ്മാനം ഈ
കരവാളാണല്ലോ

അത്ഭുതമീക്കര-
വാളാണോ നീ-
യെനിക്കു നല്കുന്നൂ?

ഇതു കൊണ്ടെന്ത്?
ഇതിനിടമെങ്ങ്?
ഇതിനോ ഞാൻ വന്നൂ?

ഇതു ഞാനെങ്ങനെ-
യണിയും ദേവാ!
ഞാനൊരു പെണ്ണല്ലേ?

ഞാനിതെടുക്കേ
മാറിൽച്ചേർക്കേ
ഹൃദയം നോവുന്നൂ

എങ്കിലുമഭിമാ-
നത്തോടിതു ഞാൻ
നെഞ്ചിലണയ്ക്കട്ടേ

വേദനയെങ്കിലു-
മിതു ഞാൻ നേടിയ
വേതനമാണല്ലോ

എന്നിൽ മുളയ്ക്കും
ഭയമഖിലം ഞാൻ
വെടിയുകയാണല്ലോ

ഇനിയെൻ വിജയം
ദേവാ നിന്നുടെ
വിജയവുമാണല്ലോ

നീ മരണത്തെ
സ്നേഹിതനായെൻ
വീട്ടിൽ നിയോഗിച്ചൂ

ഞാനവനെയെൻ
പ്രാണസുഹൃത്താ-
യേല്ക്കുകയാണല്ലോ

നിൻ കരവാളം
മുറിച്ചു മാറ്റും
മൃണ്മയബന്ധങ്ങൾ

എനിക്കു ഭയമില്ലീ
ലോകത്തിൽ
ഇനി മുതലാരേയും

ഇനി ഞാൻ നിനക്കു
വേണ്ടിപ്പുഴയിൽ-
ക്കുളിച്ചു കയറില്ലാ

നീ വന്നാലും
ഇല്ലെന്നാലും
പൂവുകൾ ചൂടില്ലാ

വീട്ടിൽത്തറയി-
ലിരുന്നു നിനക്കായ്
ഞാൻ വിലപിക്കില്ലാ

എങ്ങായാലും
നിന്നെയോർത്തിനി
ഞാൻ നാണിക്കില്ലാ

നിൻ കരവാളാ-
ലലങ്കരിക്ക-
പ്പെട്ടവളാണിനി ഞാൻ

മറ്റൊരലങ്കാ-
രത്തിനുമായിനി
മോഹിപ്പീലാ ഞാൻ.

53

മോഹനമല്ലോ സുന്ദരമല്ലോ
നിന്നുടെ കേയൂരങ്ങൾ,
രത്നഹിരണ്മയനക്ഷത്രാഞ്ചിത
ചിത്രിതസൗന്ദര്യങ്ങൾ;

അതിലും മോഹനമാണല്ലോ നിൻ
മിന്നൽപ്പിണരണിഖഡ്ഗം,
സന്ധ്യാകുങ്കുമമണിയും ഗരുഡൻ
വീശും ചിറകുകൾപോലെ!

അന്തിമവേളയണഞ്ഞതുപോലേ
മമ ഹൃദയം പിടയുന്നൂ,
മങ്ങിപ്പോകുന്നോരോ നിമിഷവു
മെൻ ജീവിതചൈതന്യം.

ദേവാ! നിന്നുടെ കേയൂരങ്ങൾ
ചേതോഹരമാണെന്നാൽ;
അതിലും മോഹനമാണല്ലോ നിൻ
മരണദ്യുതിയണിഖഡ്ഗം!

54

ഞാനൊന്നുമേ നിന്നോടാരാഞ്ഞില്ലാ
ഞാനാരാണെന്നു പറഞ്ഞുമില്ലാ.
നീയന്നു പോകുമ്പോൾ ഞാൻ വെറുതേ
മിണ്ടാതനങ്ങാതെ നിന്നുപോയീ.

വേപ്പിൻ തണലിൽ കിണറ്റുവക്കിൽ
ഞാനേകയായ് നില്ക്കയായിരുന്നൂ.
തോഴിമാർ തണ്ണീർക്കുടവുമായി
ഗ്രാമത്തിലേക്കു തിരിച്ചിരുന്നൂ.
“നേരം പോയ്! ഉച്ചയായ്!” എന്നവരെൻ
നേരേ തിരിഞ്ഞുപറഞ്ഞിരുന്നൂ.
എന്നിട്ടുമെന്തോ വിചാരിച്ചു ഞാ-
നങ്ങനെ നില്ക്കുകയായിരുന്നൂ.

നീ വന്നുനിന്നതു കണ്ടതില്ലാ
കാലൊച്ചപോലുമേ കേട്ടുമില്ലാ.
കാരുണ്യം ചോരുന്ന കൺകളോടെ
ദാഹിച്ച തണ്ണീരു നീ ചോദിച്ചു.
ആ ദീനശബ്ദത്തിൽ ഞാനുണർന്നൂ
ആക്കൈക്കുടന്നയിൽ നീർപകർന്നൂ.

ചുറ്റും മരച്ചാർത്തു ചുണ്ടനക്കീ
പൂങ്കുയിലെങ്ങുന്നോ പാട്ടുപാടീ.

തിരിവുകൾക്കപ്പുറം നാട്ടുപാത
കരുവേലപ്പൂമണം കാറ്റിൽ വീശീ.
പേരെന്താണെന്നു നീ ചോദിച്ചപ്പോൾ
ഞാനന്തോ നാണിച്ചു നിന്നുപോയീ.

എന്നെയാരായുവാൻ തക്ക വണ്ണം
എന്തു നിനക്കു ഞാൻ ചെയ്തുതന്നൂ?
ദാഹിച്ച തണ്ണീരു തന്നതാണോ?

... ഞാനതിൻ അർത്ഥങ്ങളോർത്തു നിന്നൂ.

നാട്ടുകിണർക്കരെയുച്ച വന്നൂ
പാട്ടുമായ്പ്പക്ഷികൾ പാറി വന്നൂ.
വേപ്പിന്നിലച്ചിലിൽ കാറ്റു വന്നൂ...

...ഞാനിവിടിപ്പൊഴും നില്പുതന്നെ!

55

നിന്നുറക്കച്ചടവാറിയില്ലാ
നിന്മിഴി തെല്ലും തുറന്നുമില്ലാ.
മുഗ്ദ്ധേ നീയൊട്ടുമറിഞ്ഞതില്ലേ
മുൾക്കാട്ടിൽപ്പൂക്കൾ വിടർന്ന കാര്യം?

നേരമില്ലോമനേ നീയുണരൂ
നേരം കളയുവാനില്ലറിയൂ.
ചെന്നെത്താനാകാത്ത പാതകൾ ത-
ന്നപ്പുറമാളില്ലാക്കാവുകളിൽ
എൻ തോഴനേകനായ്ക്കാത്തിരിപ്പൂ
വഞ്ചിക്കല്ലേ പെണ്ണേ നീയവനെ.

നിഷ്പന്ദമാം മാനം തീവെയിലിൽ
ഞെട്ടിവിറയ്ക്കിൽ വിറച്ചീടട്ടേ.
എരിമണൽ കാനലിൻ ശീല കെട്ടി
എല്ലാം മറയ്ക്കിൽ മറച്ചീടട്ടേ.
നിന്നിലാനന്ദം തഴപ്പതില്ലേ?
ഇമ്മണ്ണുപാതയിൽ നീ നടക്കേ
ഓരോ ചുവടിലും പെൺകിടാവേ
നോവിൻ കുഴൽവിളി കേൾപ്പതില്ലേ?
നിന്നെയാ നാദം മധുരമായി
ചൊല്ലി വിളിപ്പതറിവതില്ലേ?

56

എത്രയപാരം
അങ്ങേയ്ക്കിവളുടെ
നേർക്കുള്ളാനന്ദം?

അതുകൊണ്ടവിടു-
ന്നെടുത്തു മന്നിൽ
ഇന്നീ അവതാരം.

ഇവളില്ലെങ്കിൽ
ഹേ! ഭുവനേശ്വര
വിഫലം നിൻ പ്രേമം.

ഇവളരികത്തു-
ണ്ടായാൽമാത്രം
നിന്നുത്സവഘോഷം.

ഇവളുടെ കരളിൽ
പടരുന്നെന്നും
നിൻ ലീലാലാസം.

ഇവളുടെ ജീവനി-
ലലകൊള്ളുന്നൂ
നിൻ ഇച്ഛാഭാവം.

ഇവളെ രസിപ്പി-
ക്കാനായങ്ങണി-
യുന്നൂ പല വേഷം.

ഇവൾക്കു വേണ്ടി-
യുറക്കമിളയ്ക്കു-
ന്നവിടുന്നെപ്പോഴും.

അതുകൊണ്ടല്ലോ
ഭവാനെടുത്തൂ
ഇന്നീ അവതാരം.

ഭവാന്റെ പ്രേമം
വിലയിക്കുകയാ-
ണിവളുടെ പ്രേമത്തിൽ.

ഭവാനുമടിയനു-
മൊന്നാകുമ്പോൾ
തെളിവൂ നിൻ രൂപം.

57

പ്രകാശം ഹായ്!
എൻ പ്രകാശം
വിശ്വ പ്രകാശം,

കൺതടങ്ങൾ
കഴുകുവാൻ
വരും പ്രകാശം,

ഹൃദന്തങ്ങളുണർ-
ത്തുവാൻ
വരും പ്രകാശം.

ചങ്ങാതീ, പ്ര-
കാശനൃത്തം,
മാനം മിന്നുന്നൂ,

കാറ്റുകൾ വീ-
ശുന്നൂ വിശ്വം
പുഞ്ചിരിക്കുന്നൂ,

പ്രകാശമെൻ-
ഹൃത്തന്തിയിൽ
പാട്ടു പാടുന്നൂ.

ഈ പ്രകാശ-
പ്രവാഹത്തിൽ
ചിറകുനേടി,

നൂറു നൂറു
പൂത്തുമ്പികൾ
വാനിൽപ്പാറുന്നൂ,

അതിൻ കാറ്റിൽ
നറുംപൂക്കൾ
വിരിഞ്ഞാടുന്നൂ,

മേഘങ്ങളെ
രത്നജാലം
സ്വർണ്ണം പൂശുന്നൂ,

പൊന്നിലകൾ
കുളിർകോരി-
പ്പുഞ്ചിരിക്കുന്നൂ,

വിൺഗംഗയി-
ലമൃതത്തിൻ
തിരപാടുന്നൂ.

58

എല്ലാ രാഗവു-
മൊരുമിച്ചിടുമെൻ
അന്തിമഗീതത്തിൻ

സ്വരമാധുരിയിൽ-
ക്കരകവിയട്ടേ
പരമാനന്ദരസം,

ഏതാനന്ദ-
മദത്താലാണോ
മൃൺമയിയാം ഭൂമി

തൃണരാശികളെ
തരുവല്ലികളെ
ചാഞ്ചാടിക്കുന്നൂ,

ഉന്മാദികളായ്
ജനിയും മൃതിയും
ഭുവനം ചുറ്റുന്നൂ,

ആ പരമാന-
ന്ദം വിടരട്ടേ
മമ സംഗീതത്തിൽ.

അതു കാറ്റുകളായ്
നിദ്രാടകരെ
ഉത്ഥിതരാക്കുന്നൂ,

ദുഃഖിതയാകും
ചെന്താമരയിൽ
മിഴിനീർ പകരുന്നൂ,

സർവ്വം സകലം
മൃണ്മയമാക്കി
വിമൂകതകൊള്ളുന്നൂ,

എന്നുദ്ഗീതം
മധുരിതമാക്കുവ-
താപ്പരമാനന്ദം.

59

ഇക്കാണുന്നത്
സകലം നിന്നുടെ
പ്രണയം ഹൃദയേശാ.

തളിരുകൾതോറും
കനകവെളിച്ചം
നടനം ചെയ്യുന്നൂ,

ചന്തമെഴും പൊൻ-
മുകിലുകൾ മാന-
ത്തലസം വിലസുന്നൂ,

ഉടലുകൾതോറും
പരിമൃദുപവനൻ
പനിനീർ വീശുന്നൂ,

ഇക്കാണായതു
സകലം നിന്നുടെ
പ്രണയ വിലാസങ്ങൾ.

വിഭാതരാഗ-
സരിത്തിൽ മിഴികൾ
നീന്തി മദിക്കുന്നൂ,

ഭവാന്റെ പ്രണയാ-
തുരദൂതുകളെൻ
കരളിൽ മുത്തുന്നൂ,

നിന്റെ മുഖം താ-
ഴുന്നൂ നമ്മുടെ
കണ്ണുകളിടയുന്നൂ,

എന്റെ ഹൃദന്തം
നിൻ ചരണങ്ങൾ
താണു വണങ്ങുന്നൂ.

60

ജഗമാം സാഗര-
സീമയിലെന്നും
കുട്ടികളുടെ വേള.

അന്തവിഹീനം
നിശ്ചഞ്ചലിതം
ഗഗനതലം മേലേ,

നുരയും പതയും
നിറയും ജലധീ-
നൃത്തം താഴേയും.

കടലിൻ കരയിൽ
കുട്ടികൾ, അവരുടെ
കളിചിരിയുടെ മേള.

അവർ മണൽ വാരി-
പ്പുര തീർക്കുന്നൂ
ചിപ്പി പെറുക്കുന്നൂ,

ജലനീലിമയിൽ
കരിയിലവഞ്ചികൾ
നീളെയൊഴുക്കുന്നൂ,

ജഗമാം സാഗര-
സീമയിൽ, ആഹാ!
കുട്ടികളുടെ വേള.

അവർക്കു നീന്താ-
നറിയുകയില്ലാ
വലവീശാനാകാ.

മുക്കുവർ മുത്തു-
ച്ചിപ്പിക്കായി
കടലിൽ മുങ്ങുന്നൂ,

കച്ചവടക്കാർ
കപ്പലിലേറി
കടലിൽ മറയുന്നൂ,

കുട്ടികൾ കല്ലു
പെറുക്കിയടുക്കി-
ക്കൂനകൾ കൂട്ടുന്നൂ,

ജലനീലിമയിലെ
രത്നങ്ങളെയവർ
തിരയുന്നേയില്ലാ.

നിറഞ്ഞ കടലിൽ
വലവീശാനവർ
അറിയുന്നതുമില്ലാ.

കടലലറുന്നൂ
തിരമാലകളാൽ
തീരത്തിനു ഹാസം.

തൊട്ടിലിൽ മകനെ
പ്പാടിയുറക്കും
പെറ്റമ്മയ്ക്കൊപ്പം,

കുട്ടിക്കാതിൽ
മധുരിതഗാനം
പാടുന്നൂ തിരകൾ.

കടലിനു കുട്ടിക-
ളോടൊത്തു കളി
അലറുന്നൂ തിരകൾ,

ആകാശങ്ങളിൽ
അകലത്തെങ്ങോ
കാറ്റുകൾ പെരുകുന്നൂ,

കരകാണാക്കട-
ലലകളിലൊരു തീ-
ക്കപ്പൽ മുങ്ങുന്നൂ,

മരണത്തിന്റെ
മഹാദൂതന്മാർ
ചുറ്റി നടക്കുന്നൂ,

കുട്ടികളെന്നും
കളിമേളവുമായ്
തീരം നിറയുന്നൂ.

61

സകല വിഷാദവു-
മൊപ്പാനായി-
പ്പോന്നുവരും നിദ്ര,

ശിശുവിൻ കണ്ണിലെ
നിദ്ര, ജനിച്ചിട-
മെവിടെന്നാർക്കറിയാം.

യക്ഷിക്കഥയിലെ-
യൊരു ഗ്രാമത്തിൽ
മിനുങ്ങുകൾ പാറും

വനനീലിമയിൽ
ഇരു പൂമൊട്ടുകൾ
തെന്നലിലാടുന്നൂ,

അവയുടെയുള്ളി-
ന്നുള്ളിലിരിപ്പൂ
കുട്ടികളുടെ നിദ്ര.

അവിടുന്നാണതു
വരുന്നു പോകു-
ന്നാളുകൾ പറയുന്നൂ.

ശിശുവിൻ ചൊടിയിൽ
സുഖനിദ്രകളിൽ
വിടരും ചെറുചിരിയോ,

എവിടാണതിനുടെ
നാടും വീടും
ആർക്കതു പറയാനാം?

ശിശിരകണങ്ങൾ
വലയം ചെയ്യും
ഒരു പുലർയാമത്തിൽ,

ഒരു ശാരദമേ-
ഘത്തിൻ കോണിൽ
ശശിരാഗം വീഴ്കേ,

പിറന്നുവീണാ-
പ്പുഞ്ചിരിയെന്നാ-
ണാളുകൾ പറയുന്നു,

അവിടുന്നായതു
വന്നീച്ചൊടിയിൽ
വിടരുകയാണത്രേ,

ശിശുവിന്നുടലിൽ
വിടരും മൃദുലത-
യെവിടുന്നെത്തുന്നൂ?

ഇതുവരെയെങ്ങതു
പമ്മിയിരുന്നൂ
പറയാനാർക്കാകും?

വയസ്സറിയും നാ-
ളുമ്മയിൽ നിറയും
സ്നേഹം കാരുണ്യം,

മധുരിമയാർന്നവ
ശിശുവിൻ മേനിയിൽ
മൃദുലതയായെത്തി,

ശിശുവിൻ ശിരസ്സിൽ-
ച്ചൊരിയും ലാളന-
യെവിടുന്നെത്തുന്നൂ?

അതിലെയനുഗ്രഹ-
മെവിടുന്നെന്നും
പറയാനാർക്കാകും?

അവയെത്തുന്നൂ
ചന്ദനമണമായ്
ഫാൽഗുന മാസത്തിൽ,

കടമ്പു പൂവിൻ
പരിമളമായി
ശ്രാവണ മാസത്തിൽ,

പുന്നെൽക്കതിരിൻ
നിരകളിൽ നിന്നും
ആശ്വിന മാസത്തിൽ,

പുതുമഴയരുളും
ജലകണമായി-
ട്ടാഷാഢങ്ങളിലും.

പിറന്നപാടേ
മിഴികൾ തുറക്കും
ശിശുവിൻ രക്ഷകനാർ?

പൊന്നൊളി തിരളും
ലോകത്തൊട്ടിലി-
ലാട്ടിയുറക്കീട്ടും,

ആകാശത്തിലെ
ഗോളങ്ങളുടെ
മടിയിലിരുത്തീട്ടും,

ആരോമനയാ-
യവനെ വളർത്തും
ആദിപരാശക്തി.

62

പ്രഭാതവേളയിൽ
എന്തേ മേഘം
നിറങ്ങൾ ചൂടുന്നൂ?

ജലരാശികളിൽ
എന്തേയരുണ-
കരാംഗുലിയാടുന്നൂ?

സുമദലനിരകൾ
എന്തേ വർണ്ണ-
മനോഹരമാകുന്നൂ?

അതിന്റെയർത്ഥം
ഞാനറിയുന്നു
കുഞ്ഞേ ഈ നിമിഷം,

സുന്ദരമാം ഈ
പാവകൾ നിനക്കു
ഞാൻ തരുമീ നിമിഷം,

ആരാമങ്ങളിൽ
ഇലകളിലെങ്ങനെ
മർമ്മരമുണരുന്നൂ?

അതു ഞാനറിവൂ
നിൻ നൃത്തത്തിനു
നട്ടുവനാകുമ്പോൾ.

കുളിരോളങ്ങൾ-
ക്കെങ്ങനെ കഴിവൂ
കളകളമുണ്ടാക്കാൻ?

അതു ഞാനറിവൂ
നിന്മുന്നിൽ ഞാൻ
ഗായകനാകുമ്പോൾ.

നദികളിലൊഴുകും
നറുനീരെങ്ങനെ
കുളിർന്നതാകുന്നൂ?

മരങ്ങൾ നല്കും
പഴങ്ങളെങ്ങനെ
മതിർത്തതാകുന്നു?

അതു ഞാനറിവൂ
നിൻ കൈകളിൽ ഞാൻ
വെണ്ണ തരുന്നേരം,

അതുമായ് നീയെൻ
വീട്ടിൽ നീളേ
കളിയാടും നേരം.

എത്ര തെളിഞ്ഞാ
വാനിടമെന്നിൽ
കതിരുകൾ ചൊരിയുന്നൂ?

എത്ര കനിഞ്ഞാ
കാറ്റുകളെന്നിൽ
പനിനീർ തൂകുന്നൂ?

അതു ഞാനറിവൂ
നിൻ ചൊടികളിൽ
ഞാനുമ്മ തരുന്നേരം,

അതു നീ വാങ്ങി-
ച്ചെറു പുഞ്ചിരി നിൻ
ചൊടി നീട്ടുന്നേരം.

63

അവിടുന്നെന്നെ
പരിചിതനാക്കീ
ഒരുപാടന്യരുമായ്.

എനിക്കു തങ്ങാൻ
ഇടമുണ്ടാക്കീ
അനവധി വീടുകളിൽ.

അകലത്തുള്ളവർ
പലരെയുമെന്നുടെ-
അരികത്തെത്തിച്ചൂ.

അപരന്മാരാം
അനവധി പേരെ-
യിഷ്ടന്മാരാക്കീ.

പഴയ കുടീര-
ങ്ങൾ വെടിയുമ്പോൾ
പരവശനാകും ഞാൻ,

പുതിയതിലൊക്കെ
പഴയവനാം നീ
ഉണ്ടെന്നോർക്കാതെ.

ഇഹപരലോക-
ങ്ങളിലൂടെ ഞാൻ
ജനിമൃതി തിരയുമ്പോൾ,

ചിരപരിചിതനാ-
മങ്ങാണെന്നെ
പരിപാലിക്കുന്നൂ.

അങ്ങയെയറിയാ-
വുന്നവനാരും
അന്യന്മാരല്ലാ,

അവനു വിലക്ക-
പ്പെട്ടിടമില്ലാ
അവനാധിയുമില്ലാ,

ആർക്കും കാണാ-
വുന്ന വിധത്തിൽ
എന്നും എപ്പോഴും

അനുരഞ്ജകനാ-
യുണർന്നിരിപ്പൂ
അവിടെന്നെവിടേയും.

64

ആറ്റുവഞ്ചിക്കാട്ടിൻ മാറിലൂടെ
ആരോരുമില്ലാക്കടവിലെത്തി,
ആരോമലെ ഞാൻ വിളിച്ചുനിർത്തീ:
"ചേലാഞ്ചലം കൊണ്ടു ദീപനാളം
മൂടി ഏകാകിനിയായീ വഴി
ആലോലം പോകുന്ന പെൺകിടാവേ,
ആരു നീയെന്നു പറഞ്ഞിടാമോ?
എൻ പൂമുഖത്തന്തിദീപമില്ല
നിന്റെ വിളക്കിങ്ങു വച്ചു പോമോ?"

കാളിമയേറുന്ന കണ്ണുഴിഞ്ഞ്
താഴും വെളിച്ചത്തിൽ എന്നെ നോക്കി
പെൺകൊടിയെന്നെ നിശ്ശബ്ദനാക്കീ:
"ഈ വിളക്കന്തിയിലോളങ്ങളിൽ
നേരിട്ടൊഴുക്കാൻ ഞാൻ കൊണ്ടുവന്നൂ"

ആ വിളക്കൊന്നിനും വേണ്ടിയല്ലാ-
തോളങ്ങളിൽ തത്തിപ്പോകവേ ഞാൻ
ആറ്റുവഞ്ചിക്കാട്ടിൽ നോക്കി നിന്നു.

അന്തി പോയെങ്ങുമിരുട്ടു വീണൂ
ഞാനവളോടു ചിരിച്ചു നിന്നൂ:
"കുഞ്ഞേ നിൻ വീട്ടിൽ വിളക്കിൻനാളം

സാന്ധ്യവെളിച്ചത്തിൽ മിന്നുന്നല്ലോ
ഈ വിളക്കാർക്കു നീ കൊണ്ടുപോന്നൂ
വീട്ടിലെനിക്കന്തിദീപമില്ല
നിൻ വിളക്കിങ്ങു നീ വയ്ക്കയില്ലേ?'

കാളിമയേറുന്ന കണ്ണുഴിഞ്ഞ്
എന്തോ മറന്നപോലെന്നെ നോക്കി
പെൺകൊടിയെന്നെ മൗനത്തിലാഴ്ത്തീ:
"ആകാശദീപമാണെന്റെ കൈയിൽ
ഞാനിതുയർത്തിപ്പിടിച്ചു നില്ക്കും
വാനത്തിൻ ശൂന്യവിതാനങ്ങളിൽ"

ആ വിളക്കൊന്നിനും വേണ്ടിയല്ലാ-
താകാശകീർത്തനം ചൊൽവത് ഞാൻ
ഒട്ടു നേരം നോക്കി നോക്കി നിന്നൂ.

കൂരിരുൾ വാവിലെപ്പാതിരാത്രി
ഞാൻ ചെന്നവൾക്കൊരു പിൻവിളിയായ്
"നെഞ്ചിലീ ദീപവും ചേർത്തു നീയി-
ന്നെങ്ങോട്ടു പോകുന്നു പെൺകിടാവേ
ഈ വീട്ടിൽ ദീപം തെളിച്ചില്ലല്ലോ
ഈ വിളക്കിങ്ങു നീ വച്ചീടുമോ?'

കൂരിരുട്ടിൽ നീലക്കണ്ണാലെന്നെ
കാണിനേരം നോക്കി നിന്നാളവൾ:
"ദീപാവലിച്ചമയത്തിനായ് ഞാൻ
കൊണ്ടുപോകുന്നതീ മൺവിളക്ക്"

ആ വിളക്കൊന്നിനും വേണ്ടിയല്ലാ-
തായിരം ദീപങ്ങൾക്കൊപ്പം കത്തി-
നില്പതും നോക്കി ഞാനേറെ നിന്നൂ

65

ഹേ, ദേവാ! നീ പാനം ചെയ്യുവാനോർപ്പതെൻ
ദേഹം നിറയുന്നൊരേതമൃതം?

ഹേ, കവേ! നിന്റെ വിശ്വത്തിന്റെ ചിത്രമെൻ
കൺകളിൽ കാണുവാൻ മോഹമുണ്ടോ?
എന്റെ ചെവികളിൽ മൂകമിരുന്നു നിൻ
ചിന്തുകൾ കേൾക്കുവാൻ ദാഹമുണ്ടോ?

നിന്റെ പ്രപഞ്ചമെൻ ഹൃത്തിൽ കുറിക്കുന്നു
നിസ്തുലസുന്ദരമാം കവിത.
ഒപ്പം നിൻ പ്രീതിയെൻ മേലേ ചൊരിയുമ്പോൾ
പൊന്തുന്നെൻ ഗീതങ്ങൾ ലോകങ്ങളിൽ.
അങ്ങെനിക്കങ്ങയെ സമ്മാനം തന്നിട്ട്
ഉണ്ണുവാനെത്തുന്നൂ മാധുര്യങ്ങൾ.

ഹേ, ദേവാ! നീ പാനം ചെയ്യുവാനോർപ്പതെൻ
ദേഹി നിറയുന്നൊരേതമൃതം?

66

ഒരു നാളും വേദി കാണാത്തോൾ,
പുലരി വന്നെത്തിയാൽപ്പോലും
കുടിലിൻ പുറത്തിറങ്ങാത്തോൾ,
അല്ലയോ, രാജാധിരാജാ,
അവളെ ഞാൻ കാഴ്ച വയ്ക്കുന്നൂ
ഒരു ദാനമായ് നിന്റെ മുന്നിൽ.

വാക്കിന്നു കീഴൊതുങ്ങാത്തോൾ,
പാട്ടിൽ വഴങ്ങിത്തരാത്തോൾ,
മോടിയിൽ താനേയൊരുങ്ങി
ആരോരും കാണാതെ മൂകം
ഏകാകിനിയായ്ക്കഴിവോൾ,
പുലരിയെന്തെന്നു കാണാത്തോൾ.

അവളെയും കൂട്ടിപ്പലേടം
നാടോടിയായ് ഞാനലഞ്ഞൂ,
എന്റെ കണ്ണീരും കിനാവും
അവളെക്കുറിച്ചായിരുന്നൂ,
കൂടെയുണ്ടെപ്പോഴുമെന്നാൽ
കൂടെയല്ലാതെയിരിപ്പോൾ.

പലകാലം പലരും കൊതിച്ചോൾ,
അവരെ മടക്കി അയച്ചോൾ,

അവിടുത്തെയാശിസ്സുകിട്ടാൻ
ദിവസങ്ങളെണ്ണിക്കഴിവോൾ,
പുലരി വന്നെത്തിയാൽപ്പോലും
കുടിലിൻ പുറത്തു കാണാത്തോൾ.

67

അവിടുന്നല്ലോ വിണ്ണ്,
അവിടുന്നല്ലോ കൂട്.

ഹേ, സൗന്ദര്യസ്വരൂപാ,
കൂടാകേ നിൻ സ്നേഹം.
അതു പല വർണ്ണംകൊണ്ടും
പല ഗന്ധങ്ങൾകൊണ്ടും
പല ഗാനങ്ങൾകൊണ്ടും
നാനാ ദിക്കിൽനിന്നും
ഓരോ നിമിഷവുമെന്റെ
ജീവനെ വലയം ചെയ്വൂ.

ഇതാ വരുന്നു വിഭാതം
നിശ്ശബ്ദതയുടെകൂടെ.
അവളുടെ വാമകരത്തിൽ
ഒരു സ്വർണ്ണത്താലത്തിൽ
ഭൂമീദേവിക്കായി
മാധുര്യത്തിൻ മാല്യം.

ഇതാ വരുന്നൂ സന്ധ്യ,
വരണ്ട വയൽകളിലൂടേ
ഒഴിഞ്ഞ വഴികളിലൂടേ,
അന്തിക്കടലിൽനിന്നും

പ്രശാന്തിതീർത്ഥം നിറയും
സ്വർണ്ണക്കലശവുമായി.

ആത്മാവുകൾ വിഹരിക്കും
അപാരവ്യോമപഥത്തിൽ
അക്ഷയവെണ്മയുമായി
അങ്ങു പ്രശോഭിക്കുന്നു.

രാവില്ലവിടെ പകലും
ജീവിതചലനവുമില്ലാ
നിറമില്ലവിടെ മണവും
ശബ്ദതരംഗവുമില്ലാ.

68

എൻ മൺവീടിനു മുന്നിൽ
നിൻ രവികിരണം വന്നൂ.
വിടർത്ത കൈകളുമായി
പകൽ മുഴുവൻ വാതില്ക്കൽ,
ഏതോ ഭിക്ഷയ്ക്കായി
അവനങ്ങനെ നില്ക്കുന്നൂ.

മിഴിനീർകൊണ്ടു നനഞ്ഞ
വ്യാകുലവാക്കുകളാൽ ഞാൻ
എഴുതിയ പാട്ടുകളാകും
മേഘദുകൂലം കൈയിൽ
എടുത്തു പോകാനാകാം
തിരിച്ചുപോകും നേരം.

പല പല വർണ്ണം കലരും
പുതു പുതു രൂപം കൊള്ളും
ആ മുകിലിൻ തുകിലല്ലേ
ആ വിരിമാറിൽ നൂനം
അവിടുന്നണിവൂ നിത്യം,
ഹേ, നിരഞ്ജന! പറയൂ.

അതീവ ലോലം തരളം
ആ ശ്യാമളമാം വസനം.

അതിനാലങ്ങേക്കിഷ്ടം
ആ മേൽമുണ്ടാലല്ലോ
നിഴലിന്നിടെ അവിടുന്ന്
സ്വന്തം ശോഭയൊളിപ്പൂ.

69

എൻ തനു നീളെപ്പടരും സിരയിൽ
ഇരവും പകലും പ്രവഹിക്കും,
പ്രാണന്റെയതേയണ്ണിത്തിരകൾ
വിശ്വജയത്തിനു പായുന്നൂ.

ആ പ്രാണൻതാൻ മോഹനമാകും
ഗീതകരൂപം പകരുന്നൂ,
താളലയത്തിൻ രൂപമെടുത്തീ
ലോകത്തിൽ നടമാടുന്നൂ.

ആ പ്രാണൻതാൻ ഭൂദേവതയുടെ
മൃണ്മയതനുവിൽ കലരുന്നൂ,
കോടിക്കോടിപ്പുല്ലിൽ തളിരിൽ
കൊല്ലംതോറും വിടരുന്നൂ.

ആ പ്രാണൻതാൻ ജനിമൃതിസാഗര-
തരംഗശയ്യയിലുണരുന്നൂ,
നിരവധിയാകും തിരമാലകളുടെ
കരപരിലാളനമറിയുന്നൂ.

ആ പ്രാണൻതാൻ എന്നംഗങ്ങളി-
ലേതോ മഹിമ വിടർത്തുന്നൂ,
എൻ ധമനികളിൽ യുഗങ്ങൾ തരുമൊരു
വിരാട്പ്രകമ്പനമാകുന്നൂ.

70

പരമാന-
ന്ദത്തിൻ ഈ-
യുത്സവത്തിൽ,

ഒരു വേള,
നീ കൂടി-
യലിയുകില്ലേ!

അതിൽ വന്നു
മുഴുകാനു-
മൊഴുകുവാനും,

തകരുവാനും
നിന-
ക്കാവുകില്ലേ!

ദിശകളിൽ
നിന്നതാ
മൃതിവീണതൻ,

ശ്രുതി മാന-
ത്തുയരുന്നു
കേൾക്കുന്നില്ലേ!

രവിചന്ദ്ര-
ന്മാർക്കും വെൺ-
താരങ്ങൾക്കും,

പ്രഭയേകും
ഗംഭീര
നിനദഘോഷം!

മദമേകും
ആ ഗാന-
നിർഝരിയിൽ,

എവിടെ നാ-
മെത്തുമെ
ന്നാർക്കറിയാം?

ഒരുവരും
പിറകോട്ടു
നോക്കുന്നില്ല;

ഒരുവരും
തടസ്സങ്ങൾ
കാണുന്നില്ല.

പരമാന-
ന്ദത്തിൻ ഈ
യുത്സവത്തിൽ,

വിലയിക്കാൻ
നീ കൂടി-
പ്പോരുകില്ലേ!

ഈ മോദ-
ത്താളത്തിൽ-
ക്കാലം പോലും,

ആകെ മ-
റന്നാടി
മേളിക്കുന്നൂ;

മണവും
നിറങ്ങളും
നാദങ്ങളു-

മിതിനുള്ളിൽ-
പ്പരിലയം
കൊണ്ടീടുന്നൂ!

ഈ മോദാ-
ഘോഷത്തിൽ-
പ്പാടിയാടാൻ,

വീണു മ-
രിക്കാനും
നീ വരില്ലേ!

71

എന്റെ മദത്തിൻ
പിറകിൽ ഭവാന്റെ
മായകളാണല്ലോ,

ഭവാന്റെ ചൈത-
ന്യത്തിൻ പിറകിലു-
മതു താനാണല്ലോ.

നിന്നെ വിടർത്തി
നീ നിർത്തുന്നൂ,
പിരിഞ്ഞ ഭാഗത്തെ

നീതന്നെ പല
വാക്കുകളാലേ
വ്യാഖ്യാനിക്കുന്നൂ.

എന്റെ ശരീരം
ഭവാന്റെ സ്വന്തം
വിരഹംതാനല്ലോ,

ആ വിരഹത്തിൻ
ഗാനം വിശ്വം
മുഴുവൻ പടരുന്നൂ.

അതു താൻ സുഖ-
ദുഃഖങ്ങൾ മുഴുവൻ
ആശകൾ ഭീതികളും,

അതിന്റെയനവധി
തരംഗമാലകൾ
പൊങ്ങിത്താഴുന്നൂ.

അതിന്റെ നിരവധി
സ്വപ്നം മേന്മേ-
ലുദിച്ചു പൊലിയുന്നൂ.

അവയെന്നുള്ളിൽ
ഭവാൻ നിറയ്ക്കും
സ്വകീയഖേദങ്ങൾ.

അങ്ങും ഞാനും
കൊടിയേറ്റുന്നോ-
രുത്സവഘോഷത്താൽ,

ആകാശത്തിൻ
മൈതാനങ്ങൾ
മുഖരിതമാകുന്നൂ,

നമ്മുടെ ലീലകൾ
വിശ്വം മുഴുവൻ
പടർന്നു വിലസുന്നൂ.

നമ്മുടെ ശബ്ദ-
ഝംകാരത്തിൽ
മദം തെഴുത്തല്ലോ

വള്ളിക്കുടിലുകൾ
തോറും കാറ്റുകൾ
ചുറ്റി നടക്കുന്നൂ.

നമ്മുടെ ഈ കൺ-
കെട്ടിക്കളിയിൽ
കാലം പോകുന്നൂ!

72

അദ്ദേഹം എൻ അന്തരതലമതി-
ലെന്നുമിരിക്കുന്നൂ.
ആ ഗാഢസ്പർശത്തിൻ നോവും
ജീവനുമറിവൂ ഞാൻ.

അദ്ദേഹം മന്ത്രാഞ്ജനമെഴുതു-
ന്നെൻ മിഴിയിതളുകളിൽ.
എൻ ഹൃദയത്തിൻ ചിത്രവിപഞ്ചീ-
തന്ത്രികൾ മീട്ടുന്നൂ.
അതിനാൽ സുഖദുഃഖങ്ങൾ വരുമ്പോൾ
സന്തോഷിക്കുമ്പോൾ,
അനവധി മോദച്ഛന്ദസ്സുകളെൻ
ഹൃദയമൊഴുക്കുന്നൂ.

എത്ര മനോഹരമായദ്ദേഹം
കൂട്ടിയിണക്കുന്നൂ
സ്വർണ്ണം രജതം ഹരിതം നീലം
കലരും പൊയ് ലോകം,
അതിന്റെ മറവിൽ നടന്നു വന്നി-
ട്ടെന്നെ വിളിക്കുന്നൂ.
അമൃതം തിരളും സൗപർണ്ണികയിൽ
സ്നാനം നല്കുന്നൂ.

വരുന്നു പോകുന്നൂ ദിവസങ്ങൾ
യുഗങ്ങൾ കൊഴിയുന്നൂ.
പല രൂപത്തിൽ പല ഭാവത്തിൽ
രസവർഷം തൂകീ.
അദ്ദേഹം മമ ജീവനെയങ്ങനെ
മറച്ചു വയ്ക്കുന്നൂ.

73

വിരതിയരുളുന്ന മോക്ഷം വെറുത്തു ഞാൻ,
നിരവധി ഹൃദയശൃംഖലാബന്ധിതം
പരമസുഖദമാം മുക്തി കാമിച്ചു ഞാൻ,
അതുമതിയെനിക്കിനിയാസ്വദിക്കുവാൻ.

വസുധതൻ ഹൃദയമൺഭാജനങ്ങളിൽ
വിവിധ വർണ്ണവും ഗന്ധവും കലരുന്നൊ-
രമൃതപാനകം നിറയെപ്പകർന്നു നീ
തരികയാണെനിക്കെന്നുമെല്ലായ്പ്പൊഴും.

ഒരു തിരിയിൽ നിന്നായിരം പോലിനി-
യരിയ നിൻ ദീപനാളത്തിൽ നിന്നിതാ,
പകരുമെൻ ലോകമൊട്ടേറെ ദീപങ്ങൾ,
വിരിയുമവ നിന്റെയമ്പലം മുഴുവനും.

ഇവനു വച്ചതല്ലാനന്ദനിഗ്രഹം
അതു വഴി വരും യോഗവും മോദവും,
ഇവനു ദൃശ്യങ്ങൾ ഗന്ധങ്ങൾ ഗാനങ്ങൾ
പകരുമവിടത്തെ മോദങ്ങൾ മതി മതി.

എന്റെ മോഹങ്ങൾ മുക്തിസ്വരൂപത്തിൽ
ഇവിടെയെപ്പൊഴും കത്തിജ്ജ്വലിക്കട്ടെ,
എന്റെ പ്രേമമോ ഭക്തിസ്വരൂപത്തിൽ
ഇവിടെയങ്ങനെ സാഫല്യമടയട്ടെ.

74

പകലു തീരുന്നു
കരകളിൽ
നിഴലുകൾ

കളമെഴുതുന്നു
കുടവുമായ്
ഞാനിതാ

പുഴവരെ-
ക്കുളിർനീരിന്നു
പോവുന്നു.

അരുവി പാടുന്നു
കളകളം
ദുഃഖിയാം

പകലറുതിയാ-
പ്പാഴ്സ്വരം
പിൻപറ്റി

വഴിയിലേക്കെന്നെ
വരുവാൻ
വിളിക്കുന്നു.

വിജനവീഥിയിൽ
വഴിനട-
ക്കാരില്ല

പ്രണയതടിനിയിൽ-
ത്തിര
തള്ളിയേറുന്നു.

ചെറിയ കാറ്റു
വീശുന്നു
ഞാനറിയില്ല

തിരികെയെന്നിനി
വരുമെന്ന
കാര്യവും

വഴിയിലാരാരു
പ്രിയരാകു-
മെന്നതും.

കടവിലുണ്ടൊരു
തോണി
അതിലിരു-

ന്നപരിചിത-
നൊരാൾ
വീണ വായിക്കുന്നു.

കുടമെനിക്കു
നിറയ്ക്കണം
ഞാനിതാ

കടവണയുവാൻ
മുന്നോട്ടു
പോകുന്നു.

75

മനുജലോകത്തിനവിടുന്നു നല്കുമീ
നിഖിലസമ്മാനജാലവും ഹേ, പ്രഭോ,
പകരുമെപ്പൊഴും സകലസൗഖ്യങ്ങളും
കുറവെഴാതെഴുമെങ്കിലും പിന്നെയും.

നദികൾ ദൗത്യങ്ങളഖിലവും തീർത്തിതാ
നിറവു തീരാത്ത നീർപ്രവാഹങ്ങളായ്
സലിലനൈവേദ്യരൂപത്തിലൊടുവിൽ നിൻ
ചരണസവിധത്തിലെത്തുവാൻ പോകുന്നു.

കുസുമകോടികൾ നിഖിലലോകത്തെയും
പരിമളം ചാർത്തിയൊടുവിൽ നിൻ പൂജയിൽ
ഉതിരിതൾ തന്നു തീരാൻ കൊതിക്കുന്നു,
കുറവതെന്തുണ്ടു തവ പാദപൂജയിൽ?

കവികൾ പാടുന്നു കവിതകൾ പാട്ടുകൾ
പലരതിൽ കാണ്മു സാരങ്ങൾ പലവിധം.
അതിനൊരേ സാര, മെന്നുമെല്ലായ്പ്പൊഴും
അവ ഭവാനെക്കുറിക്കുന്നതെന്നുതാൻ.

76

ഹൃദയനായകാ, ദിവസവും ഞാനിനി-
യിവിടെ നിൻ പടിവാതില്ക്കലെത്തിടും.
ഭുവനനായകാ, ഇവിടത്തിൽ വന്നു ഞാൻ
തൊഴുതു നില്ക്കുവൻ നിൻ പടിവാതിലിൽ.

പരിധിയില്ലാത്ത നിന്റെ മാനച്ചോട്ടിൽ
വിജനതക്കീഴിൽ വിരളതയ്ക്കും താഴെ,
നിറമിഴികളും കൂപ്പും കരളുമായ്
ഇവിടെ ഈ കോവിൽനടയിൽ ഞാനെത്തിടും.

അതിവിചിത്രമാം ഭവസമുദ്രക്കരെ
കഠിനമാം കർമ്മകാണ്ഡക്കടൽക്കരെ
നിഖിലലോകരും ചുഴലെ നില്ക്കുമ്പൊഴും
ഇവിടെ ഈ കോവിൽനടയിൽ ഞാനെത്തിടും.

അല്ലയോ ഭുവനനായകാ, നിന്റെയീ-
യവനിയിൽക്കർമ്മബന്ധങ്ങൾ തീരവേ
മൊഴിയലില്ലാതെ ഏകാന്തപഥികയായ്
ഇവിടെ ഈ കോവിൽനടയിൽ ഞാനെത്തിടും.

77

അവിടുന്നു ദേവനാണെന്നു തോന്നി
അരികിൽ വരാതെ ഞാൻ മാറിനിന്നു
അവിടുന്നു സ്വന്തമാണെന്നറിഞ്ഞ്
ഉപചാരമൊന്നുമേ കാണിച്ചീല.

അവിടുന്നു താതനാണെന്നു തോന്നി
പദതാരിൽ വന്നു കമിഴ്ന്നുവീണു
അവിടുന്നു ചങ്ങാതിയെന്നപോൽ ഞാൻ
കരപരിലാളനം ചെയ്തതീല.

സഹജമാം സ്നേഹത്തോടങ്ങു വന്ന്
വിരിമാറിൽച്ചേർത്തെന്നെ പുല്കുമ്പൊഴും
ചിരകാലചങ്ങാതിയെന്നപോലെ
വരവേല്ക്കാനെന്താവോ കഴിയുന്നീല.

സോദരന്മാരുടെ കൂട്ടത്തിലെ
സോദരനാണല്ലോ നീയെപ്പോഴും
അവരെ ഞാനൊട്ടുമേ കാണുന്നീല
പങ്കിട്ടു സ്വത്തുക്കൾ നല്കുന്നീല.

അവിടത്തെ കൈകൾ നിറച്ചു നല്കാൻ
അടിയന്നൊരിക്കലും കഴിയുന്നീല
പരസുഖദുഃഖങ്ങൾ പങ്കുപറ്റാൻ
അവിടത്തെ മുന്നിൽ ഞാൻ നില്ക്കുന്നീല.

സുഖമായിക്കഴിയുവാൻ വഴിതിരക്കും
അടിയന്റെ മനസ്സിന്നോ ദേവ ദേവാ
ജീവിതമാം മഹാസാഗരത്തിൽ
ചാടിയിറങ്ങുവാനാകുന്നീല.

78

ബ്രഹ്മാവൊരു
നാൾ
സൃഷ്ടിക്കിടയിൽ

വിശ്രാന്തിക്കു
തുനിഞ്ഞൊരു
ദിവസം,

നീലിമ തിരളും
മാനം
നിറയേ

താരാജാലം
നൃത്തം
വച്ചു.

ദേവസദസ്സിൽ
നീളെ-
യിരുന്നോർ

നൂതന-
സൃഷ്ടിയി-
ലത്ഭുതമൂറി,

താരാനൃത്തം
കണ്ടു
പറഞ്ഞു:

"എന്താനന്ദം
എന്തൊരു
ചിത്രം

ഏതൊരു മന്ത്രം
എന്തൊരു
ഗീതം

സൂര്യൻ
ചന്ദ്രൻ
ഗ്രഹലക്ഷങ്ങൾ."

പെട്ടെന്നാരോ
സ്വർഗ്ഗ-
സദസ്സിൽ

ഞെട്ടിയെണീറ്റു
വിളിച്ചു
പറഞ്ഞു:

"ജ്യോതിർമാലയിൽ
നിന്നൊരു
താരം

പൊട്ടി-
യടർന്നതു
കാണാനില്ലാ"

വീണാ-
തന്ത്രികൾ
നിശ്ചലമായീ

ഗാനാ-
വലികൾ
നിലയ്ക്കുകയായീ

നഷ്ട-
പ്പെട്ടൊരു
നക്ഷത്രത്തെ

കഷ്ട-
പ്പെട്ടു തിരഞ്ഞൂ
സ്വർഗ്ഗം.

സകലരു-
മൊപ്പം
നൊന്തുപറഞ്ഞു:

"ആ
താരത്തിൻ
കതിരുകളല്ലോ

സ്വർഗ്ഗത്തിന്നു
വെളിച്ചം
നല്കീ

അതു
താനല്ലോ
വൻ നക്ഷത്രം

അതു
താനല്ലോ
സുന്ദരതാരം"

അതു മുതൽ
ലോകം
തിരയുകയായി

നഷ്ട-
പ്പെട്ടൊരു
നക്ഷത്രത്തെ.

രാവും
പകലു-
മൊഴിഞ്ഞീടാതെ

നീളേ
നീളും
തിരയൽതന്നെ.

ആരും
കണ്ണുകൾ
പൂട്ടിയതില്ല

ആരും
തൃപ്തി-
യടഞ്ഞതുമില്ല.

"ആ താരത്തെ
കാണുക
വേണം"

സകലരു
മെങ്ങും
പാടിനടന്നു.

'അതു പൊയ്പ്പോയതു
മൂലം
ലോകം

ഇരുളി-
ന്നിരുളിൽ
വലയുകയല്ലോ."

നിശയുടെ നിശ്ശ-
ബ്ദത
വന്നപ്പോൾ

താരകൾ
പുഞ്ചിരിയോടെ
പറഞ്ഞു:

"ഈയന്വേഷണ
മെല്ലാം
വെറുതേ

താരകളെല്ലാ-
മിവിടു-
ണ്ടല്ലോ."

79

പ്രഭോ ഭവാന്റെ ദർശനമിപ്പോൾ
കിട്ടുകയില്ലെന്നാണെങ്കിൽ,
ഇനിയതു തീരെക്കിട്ടുകയില്ലെ-
ന്നെനിക്കു കരുതാനാകട്ടെ.

ഉണരുമ്പോഴുമുറങ്ങുമ്പോഴും
ആ നോവെന്നെത്തഴുകട്ടെ.

ഈ സംസാരക്കമ്പോളത്തിൽ
ദിനങ്ങളെത്ര കഴിഞ്ഞാലും,
എൻ കൈയുകളാൽ സ്വത്തും പണവും
എങ്ങനെ വാരിയെടുത്താലും,
ഒന്നും നേടിയതില്ലെന്നെന്റെ-
യുള്ളിനു കരുതാനാകട്ടെ.

കൈയും കാലും തളർന്നു ഞാനെൻ
വഴിയോരത്തിലിരിക്കുമ്പോൾ,
കിടുകിടെ ദേഹം വിറയ്ക്കെ മണ്ണിൽ
കീറച്ചാക്കു വിരിക്കുമ്പോൾ,
പോകാനിനിയും വഴിയെന്നെന്നിൽ
തോന്നാനിടയുണ്ടാകട്ടെ.

വീട്ടിലെ മുറ്റം കളിചിരികൊണ്ടും
മുരളികകൊണ്ടും തെളിയുമ്പോൾ,
വീടിൻ ചുമരുകൾ വെള്ളയുടുത്ത്
മോടികലർന്നു മിനുങ്ങുമ്പോൾ,
അങ്ങയെ വീട്ടിൽ വിളിച്ചില്ലെന്നെ-
ന്നുള്ളം നോവോടോർക്കട്ടെ.

ഉണരുമ്പോഴുമുറങ്ങുമ്പോഴും
ആ നോവെന്നെത്തഴുകട്ടെ.

80

ശാരദമുകിൽനിരപോലേ നിന്നുടെ
വാനത്തിൽ ഞാനലയുന്നൂ.
നിത്യം കതിരുകൾ ചൊരിയും നീയെൻ
നാഴികമണിയാണെന്നാലും,
നിൻ വെയിൽ നീട്ടി നീർപോലെന്നെ
ബാഷ്പശരീരിണിയാക്കീലാ,
നിന്റെ പ്രകാശത്തിൽ നീയെന്നെ
വിലയം ചെയ്യിപ്പിച്ചീലാ.

നിന്നിൽ നിന്നും വേറിട്ടിവിടെ
നാളുകളെണ്ണിക്കഴിവൂ ഞാൻ.
ഇതുതാൻ നിന്റെ മനോഗതമെങ്കിൽ
ഇതു നിൻ ലീലയുമാണെങ്കിൽ,
നിത്യം നിത്യം നൂതനലീലയിൽ
മുഴുകിക്കൊണ്ടു രസിച്ചാലും.
തുച്ഛം ക്ഷണികം മജ്ജീവിതമാം
കണികയെ നിനക്കു കൈയേല്ക്കാം.
കാറ്റിൽപ്പാറ്റിക്കളയുകയാകാം
ഭവാന്റെയിഷ്ടം പോലാകാം.
വൈവിദ്ധ്യത്താൽ ജീവിതശൂന്യത
മാറ്റിത്തന്നാൽ മതിയാകും.

ഏതോ ഭീകരരാത്രിയിൽ ലീലകൾ
നിർത്തണമെന്നോ നിന്നിഷ്ടം?
എങ്കിൽ നിനക്കതു ചെയ്യാമെന്നെ
വിരാമതിലകം ചാർത്തിക്കാം.
കണ്ണീർ തൂകി നിന്റെയിരുട്ടിൽ
വിലയിക്കാം ഞാൻ മടിയാതെ.

പ്രഭാതമായാലവശേഷിക്കും
വിശുദ്ധശീതളനൈർമ്മല്യം.
നാലതിരുകളിൽ പുഞ്ചിരിതൂകും
രേഖകളില്ലാതാകാശം.
മേഘക്രീഡകളാകാശത്തിൻ
ജ്യോതിക്കടലിൻ കരപറ്റും.

81

കർമ്മ-
വിമുഖനായ്
ഞാനിരുന്നു

നേരവും
കാലവും
ധൂർത്തടിച്ചു.

ഇങ്ങനെ-
യെണ്ണിക്കൊ-
ണ്ടെന്നുമെന്നും

എത്രമാത്രം
ഞാൻ
പരിതപിച്ചു.

എന്നാൽ
പ്രഭോ,
നേരം പോയതില്ല;

എന്നന്തർ-
യാമിയാം
നീ താനല്ലോ

തന്നത്താ-
നവയൊക്കെ
സ്വീകരിച്ചു.

ഉള്ളിൽ
രഹസ്യമാ-
യാവസിച്ച്

വിത്തുക-
ളങ്ങു
കിളിർപ്പിക്കുന്നൂ.

മൊട്ടുകൾ
ക്കെല്ലാം
നിറമിടുന്നു.

ഗർഭത്തിൽ
വിത്തുകൾ
കൺതുറക്കേ

പൂക്കളെ
ത്തേൻകനി-
യാക്കീടുന്നൂ.

നിദ്രാലസ്യം
പൂണ്ടു
ക്ഷീണിതനായ്

മെത്തയിൽ
ഞാൻ വന്നു
ചായുംനേരം

ജോലി
കഴിഞ്ഞെന്നു
ഞാനെണ്ണുന്നൂ.

എന്നാൽ
പ്രഭാതത്തിൽ
ഞാൻ കാണുന്നൂ

എന്റെ
യുദ്യാനത്തിൽ
പൂത്ത പൂക്കൾ.

82

ഹേ, രാജേന്ദ്രാ!
ഭവാന്റെ കൈയിൽ
കാല, മനന്തമനാദ്യം.

അതിന്റെയാഴവു-
മളവുമൊരാൾക്കും
എണ്ണാൻ കഴിയുന്നീലല്ലോ.

രാവും പകലും
വരുന്നു, വന്നതു
പോലെത്തന്നെ പോകുന്നൂ.

യുഗങ്ങൾ, പിന്നെ
യുഗാന്തരങ്ങൾ
വിടരുന്നൂ; വീണടിയുന്നൂ.

അമാന്തമങ്ങേ-
യ്ക്കൊന്നിനുമില്ലാ,
തിടുക്കവും കാണാനില്ലാ.

ഒരു പൂമൊട്ടു
വിടർത്താൻ മെല്ലേ-
യാരംഭിക്കും തിരുകർമ്മം

ശതവർഷങ്ങൾ
തുടരുന്നങ്ങ്,
കാക്കാനറിയാമങ്ങേയ്ക്ക്.

ഞങ്ങൾക്കൊന്നിനു-
മില്ലാ നേരം,
മത്സരമാണതിനാലെങ്ങും.

സമയം വെറുതേ
കളഞ്ഞുതീർക്കാൻ
ആരും തുനിയുന്നീലല്ലോ.

അന്യർക്കായി
വേലകൾ ചെയ്തെൻ
സമയം തീരുകയാണല്ലോ,

ഭവാന്റെ
പൂജനഭാജനമിപ്പോ-
ളൊഴിഞ്ഞിരിക്കയുമാണല്ലോ.

ഓടിയണഞ്ഞേൻ
പേടിയൊടടിയൻ,
നേരം തെറ്റിപ്പോയല്ലോ.

എന്നാലിപ്പോ-
ളറിയുന്നേൻ ഞാൻ
നേരം പോയിട്ടില്ലെന്നും,

ഭവാന്റെ സമയ-
പ്രകാരമൊട്ടും
നേരം തീർന്നിട്ടില്ലെന്നും!

83

അവിടുത്തെപ്പൊൻ-
തളികയെ ഞാനെൻ
കണ്ണീരണിയിക്കും.

ഇക്കണ്ണീരാൽ
അമ്മേ നിനക്ക്
മുത്താരം കോർക്കും.

തവ പാദങ്ങൾ
താരകളല്ലോ
പൂജിച്ചീടുന്നൂ;

ഇനി, നിൻ തിരുമാ-
റണിയട്ടേ, യെൻ
ദുഃഖാഭരണങ്ങൾ!

ധനമവിടുത്തെ,
ധാന്യം മുഴുവനു-
മവിടുത്തേതല്ലോ.

അവ കൊണ്ടെന്താ-
ണവിടുന്നിനിയും
ചെയ്യാൻ മോഹിപ്പൂ?

എനിക്കു തരുവാൻ
തോന്നുന്നെങ്കിൽ
തന്നേ പോയേക്കൂ.

എടുത്തുകൊണ്ടേ
പോകണമെങ്കിൽ
അങ്ങനെ ചെയ്തേക്കൂ.

എനിക്കു സ്വത്തായ്
കൈവശമുള്ളത്
വൻ ദുഃഖം മാത്രം.

രത്നത്തിന്റെ
മൂല്യം തിരിയുവ-
തങ്ങേയ്ക്കാണല്ലോ.

അതിനാൽ, അങ്ങീ
ഉപഹാരത്തെ
കൈയിലെടുത്താലും.

ഇതു താനല്ലോ,
മാനത്തോടെ
പ്രാർത്ഥിക്കുന്നതു ഞാൻ!

84

ഭവാന്റെ വിരഹം
ദിവസം തോറും
സമസ്തലോകത്തും,

പടർന്നു പടർന്നു
പെരുകുന്നതു ഞാൻ
കണ്ണാൽക്കാണുന്നു.

കാട്ടിൽ മേട്ടിൽ
വാനിൽ കടലിൽ
അതു ചെന്നെത്തുന്നു.

പല പല രൂപം
തേടിയുമാടിയു-
മവിടെ ലസിക്കുന്നു.

രാവിലുറങ്ങാ-
ത്താരക്കൺകളിൽ
നിശ്ചലമാകുന്നു.

ആവണിമഴയിൽ,
തളിരുകളിൽ നിൻ
വിരഹം പൊന്തുന്നു.

ആ ദുസ്സഹനൊ-
മ്പരമാണല്ലോ
വീടുകൾ പൂകുന്നു.

സ്നേഹത്തിന്റെയു-
മാശയുടെയും
രൂപമെടുക്കുന്നു.

സുഖഭാവത്തിൽ
ദുഃഖച്ഛായയിൽ
ഘനീഭവിക്കുന്നു.

ആ വിരഹത്തിൽ-
നിന്നു ജനിക്കും
മാറ്റൊലിയാണല്ലോ,

ജീവിതമാകേ-
യലസത തൂകി
മമ ഹൃദയത്തിന്റെ,

ഉള്ളറ ഭേദി-
ച്ചുയരും പാട്ടിൻ
സ്വരത്തിൽ നിറയുന്നു.

85

കൊട്ടാരം വിട്ട നാൾ പട്ടാളക്കാർ
യുദ്ധക്കോപ്പെങ്ങാണു വച്ചു പോയീ?
അമ്പുകളെങ്ങാവോ ചട്ടകളും
എങ്ങൊക്കെക്കൊണ്ടവർ വച്ചു പോയീ?

അവർ തീരെ ക്ഷീണിച്ചോർ നിസ്സഹായർ
പണമൊട്ടും കിഴികെട്ടി കാക്കാത്തവർ
അവരുടെ നേർക്കിതാ നാലുദിക്കിൽ
നിന്നും ശരമാരി വന്നീടുന്നൂ.

കൊട്ടാരം പൂകുമ്പോൾ പട്ടാളക്കാർ
യുദ്ധക്കോപ്പെങ്ങാണൊളിച്ചു വച്ചൂ?
അമ്പെവിടെ വില്ലെവിടെ വാളുകളും
എങ്ങെങ്ങായവരൊക്കെ കൊണ്ടുവച്ചൂ?

ശാന്തിതന്നോമനപ്പൂപ്പുഞ്ചിരി-
പൂത്തുനിന്നവരുടെ ചുണ്ടുകളിൽ
ജീവിതകാലംകൊണ്ടവരെല്ലാരും
കാത്ത സമ്പാദ്യങ്ങൾ നഷ്ടമായീ.

86

ഈ യമദൂതനെ
നീയെൻ വാതിൽ
തേടിയയച്ചല്ലോ,

നിന്നാജ്ഞയുമാ-
യക്കരെ നിന്നവ-
നിവിടെയണഞ്ഞല്ലോ,

ഇരുണ്ടതാണീ
രാവെൻ ഹൃദന്ത-
മാതുരമാണല്ലോ,

എങ്കിലുമിന്നീ
വാതിൽ തുറക്കാം
വിളക്കെടുക്കാം ഞാൻ.

അവനെ വണങ്ങാം
വരവേറ്റിവിടെ
വിളിച്ചിരുത്താം ഞാൻ,

ഇവിടേക്കവനെ-
ച്ചൊല്ലിയയച്ചതു
നീയാണെന്നതിനാൽ.

അവൻ മടങ്ങും
ഭവാന്റെയാജ്ഞകൾ
നിറവേറ്റിയ ശേഷം,

പിറകേയെന്റെ
പ്രഭാതമിരുട്ടിൽ
മങ്ങിയിരുണ്ടീടും,

ഞാനീ നിർജ്ജന-
ഭവനത്തിൽ വ-
ച്ചെന്നെ നിനക്കു തരും.

ഈ യമദൂതനെ-
യെൻ പടി തേടി-
യയച്ചതു നീയല്ലോ.

87

എന്റെ കൂരയിൽ അവളില്ലല്ലോ,
തീർച്ചയായും അവളില്ലല്ലോ,
ഞാൻ തിരിച്ചുവന്നത് അവിടെപ്പോയിട്ടാണല്ലോ,
അന്വേഷിച്ചിട്ടും അവളെ കണ്ടെത്തിയില്ലല്ലോ.

നാഥാ!
എന്റെ കൂരയിൽ ഇടം കുറവാണല്ലോ,
അവിടെ എന്തെങ്കിലും കാണാതെപോയാൽ
കണ്ടുകിട്ടുക പ്രയാസമാണല്ലോ.

അങ്ങയുടെ ആലയം അനന്തമാണല്ലോ,
വിശ്വംമുഴുവൻ നിറഞ്ഞതുമാണല്ലോ,
അവളെത്തേടി ഞാൻ ഇവിടെ വന്നിരിക്കയാണല്ലോ,
നിന്റെ സാന്ധ്യവാനത്തിനു കീഴിൽ
ഞാനിതാ വന്നുനില്ക്കുകയാണല്ലോ,
നിറകണ്ണുകളുമായി നിന്നെക്കാണാൻ
ഞാൻ കാത്തുനില്ക്കുകയാണല്ലോ.

മുഖവും സുഖവും ആശയും തൃഷ്ണയും
ഒരിക്കലും നഷ്ടമാകാത്തിടത്തേക്ക്,
എന്റെ പരിപീഡിതഹൃദയത്തെ
ഞാൻ കൂടെക്കൊണ്ടുവന്നിരിക്കയാണല്ലോ.
അതിനെ പരിപൂർണ്ണതയിൽ

മുക്കിയെടുത്താലും,
മുക്കിയെടുത്താലും.

എന്റെ കൂരയിൽ അമൃതില്ലല്ലോ,
അത് അപഹരിക്കപ്പെട്ടല്ലോ,
ഒരിക്കൽക്കൂടി ഒരിക്കൽക്കൂടി
അതെനിക്ക് തരുമാറാകേണമേ.

88

തകർന്ന
കാവിലെ
ദേവാ,

നിൻ
സ്തുതിഗീതം
പൊന്തും

വീണയിൽ
നാദ-
മടങ്ങി.

നിൻ
ദീപാർച്ചന
സമയം

അറിയിക്കും
ശം-
ഖൊലികൾ

സന്ധ്യയി
ലിനി-
യുയരില്ല.

സ്ഥിര-
ഗാംഭീര്യം
നേടി

നില്പായീ
നിൻ
ക്ഷേത്രം

തകർന്ന
കാവിലെ
ദേവാ.

നിർജ്ജന-
മാം നിൻ
വീട്ടിൽ

പൂക്കാല-
ത്തിൻ
പവനൻ

വ്യാകുല-
മാനസ-
നായി

വീശുക-
യായീ
നീളേ.

നിന്നെ-
പ്പൂജി-
ക്കാത്ത

നിനക്കു
നേദി-
ക്കാത്ത

പൂവിൻ
സന്ദേ-
ശങ്ങൾ

നിന്ന-
മ്പലവ-
ട്ടത്തിൽ

പടരുക-
യായീ
നീളേ.

നിന്റെ
ശാന്തി-
ക്കാരൻ

കരുണാ-
ഭിക്ഷ-
യ്ക്കായി

തെരുവുകൾ
നീളെ-
യലഞ്ഞ്

കത്തും
വയറൊടെ-
യെത്തി

അന്തിയി-
ലാലിൻ
തറയിൽ.

പൂരം
പലതു
കഴിഞ്ഞു

മൂകത-
യോടേ-
യിവിടെ

രാത്രിക-
ളെത്ര
പൊഴിഞ്ഞു.

പൂജക-
ളില്ലാ-
തിവിടെ

എങ്ങോ
ബിംബ-
മൊഴുക്കി

ദസറക-
ളെത്ര
മറഞ്ഞു.

ഋതുക്ക-
ളനവധി-
യെണ്ണീ

തകർന്ന
കാവിലെ
ദേവൻ.

89

കോലാഹലമൊട്ടും പാടില്ലിനി
കഥയൊക്കെ കാതോടു കാതു മാത്രം.
മേലിൽ ഞാൻ ചെയ്യുന്ന പ്രാണാലാപം
ഗാനങ്ങളിൽ മാത്രമായിരിക്കും.

ആളുകൾ കൂടുന്നു വീഥികളിൽ
ആഘോഷവാണിഭമാണവിടെ.
ഈയുച്ചവേളയിൽ രീതി തെറ്റി
ഞാനൊരിടവേള കൈവരിച്ചു.
ജോലിത്തിരക്കിന്നിടയ്ക്കിന്നൊരാൾ
എന്നെ വിളിച്ചെങ്ങോ പോയ്മറഞ്ഞു.
ആരാണയാളെന്നു ഞാൻ തിരക്കീ
ആരെന്നിനിയുമറിഞ്ഞു കൂടാ.

എന്റെയുദ്യാനത്തിൽ കാലം തെറ്റി
പൂക്കൾ നിരക്കേ വിരിഞ്ഞീടട്ടേ.
നട്ടുച്ചവേളയിൽപ്പോലും നീളേ
തേനീച്ച മൂളിപ്പറന്നിടട്ടേ.

നന്മയും തിന്മയും തൂക്കിനോക്കി
നാളുകളെത്രയോ പോയ്മറഞ്ഞു.

ആലസ്യവേളതൻ കൂട്ടുകാരൻ
ആത്മത്തെ മാടിവിളിച്ചീടുന്നൂ,
നിഷ്ഫലമാകുമാ സ്നേഹക്ഷണം
എന്തിന്നു വേണ്ടിയെന്നാർക്കറിയാം?

90

അന്ത്യദിനത്തിൽ
മരണം നിന്റെ
പൂമുഖമണയും നേരം,

നീയെന്താകാം
തിരുമുമ്പാകെ
നേദിക്കും സമ്മാനം?

എന്നുടെ പ്രാണൻ
താൻ തിരുമുമ്പിൽ
ഞാനേകും സമ്മാനം,

ഒഴികൈയോടെ
മരണത്തെ ഞാൻ
തിരികെയയയ്ക്കുകയില്ലാ.

എത്ര ശരന്നിശ,
വസന്തരജനി,
സായംസന്ധ്യ, പുലരി,

എത്ര രസങ്ങൾ,
ഒഴുക്കി നിറച്ചൂ
ഈ ജീവിതചഷകത്തിൽ.

സുഖദുഃഖങ്ങൾ
വെയിലായ്, ഇരുളായ്,
കടന്നുപോകും നേരം

എത്ര സുമങ്ങൾ,
പഴങ്ങളെന്റെ
ഹൃദയത്തിൽ നിറയുന്നു.

ഇതുവരെയും
ഞാൻ നേടിയതൊക്കെ
അന്ത്യദിനം പുലരുമ്പോൾ,

എൻ പടിവാതിലി-
ലവനണയുമ്പോൾ
മുന്നിൽ ഞാനർപ്പിക്കും!

91

ജീവിതാന്ത്യസമ്പൂർണ്ണതേ, മരണമേ,
മിണ്ടുകെന്നോടു നീ എന്റെ മരണമേ.

ജന്മമാകെയുമെന്നുമെല്ലായ്പ്പൊഴും
നിന്നെയാകുന്നു കാത്തിരുന്നിങ്ങു ഞാൻ.
മോദഖേദങ്ങളൊക്കെയും പിന്നിട്ടു
നിന്നെയോർത്താണു ജീവിച്ചതിങ്ങു ഞാൻ.
മരണമേ, എന്റെ മരണമേ, മരണമേ,
മിണ്ടുകെന്നോടു നീ എന്റെ മരണമേ.

എന്റെ ലഭ്യങ്ങൾ, എന്റെ സമ്പാദ്യങ്ങൾ,
എന്റെയാശകൾ, മോദങ്ങളൊക്കെയും,
തങ്ങളറിയാതെ- അറിയാതെ അറിയാതെ-
നിന്റെ നേർക്കിതാ യാത്രയായീടുന്നു.
നിന്റെ നല്ല നോക്കൊന്നു വീണെന്നാകിൽ
നിന്റെ നിത്യസഹയാത്രിയായി ഞാൻ,
കൂടെയെപ്പൊഴോ വന്നു കഴിഞ്ഞേനെ;
മിണ്ടുകെന്നോടു നീ എന്റെ മരണമേ.

എന്റെ നെഞ്ചിന്റെയുള്ളിന്റെയുള്ളതിൽ
വരണമാല കൊരുത്തുവച്ചിന്നു ഞാൻ.
അതു ധരിക്കുവാൻ മണവാളവേഷത്തിൽ

ചിരി പൊഴിച്ചു നീ വരുവതെന്നായിടാം.
സ്വന്തവീടെനിക്കന്നുമുണ്ടാകില്ല
പറകയല്ലെങ്കിൽ സ്വന്തമെ, ന്തന്യവും?
വരനൊടല്ലയോ ചേരേണ്ടു നവവധു
നിശയുടെ മൗനമെങ്ങും പടരവേ.

92

ഇവിടെക്കാണും
കാഴ്ചകളെല്ലാം
ഒരു ദിവസം തീരും,
ഈ മിഴികൾ കൂമ്പും.

അടുത്ത ദിനവും
നേരം പുലരും,
ഉണരും ലോകത്തിൽ
പുതു നാളും നിവരും.

ലീലകൾ വിടരും
ഓരോ വീടും
ചിരികളിലൂടെ
സമയം പോക്കീടും.

അതു ഞാനോർക്കേ
സകലതിനേയും
കുതുകം തീരാതെ
ഞാൻ നോക്കിക്കാണും.

ചുറ്റും കാണ്മത്
ചെറുതല്ലല്ലോ,
സർവ്വം വലുതല്ലോ,
ഞാനതറിഞ്ഞല്ലോ.

ഈയുലകത്തിൽ
നമുക്കു കിട്ടും
സ്ഥാനം വലുതല്ലോ,
ചെറുതാകിൽപ്പോലും.

ഈ ലോകത്ത്
നമ്മുടെ ജന്മം
ദുർല്ലഭമാണല്ലോ,
വ്യർത്ഥമതെന്നാലും.

എനിക്കു തന്നത്
തരാതെയുള്ളത്
എന്നും എന്നേക്കും,
അതു പോലാകട്ടെ.

എന്നാൽ അറിവി-
ല്ലാതെ കളഞ്ഞവ
എനിക്കു തന്നീടാൻ
അങ്ങു കനിഞ്ഞാലും.

93

അവധിയെനിക്കു
ലഭിച്ചൂ പ്രിയരേ
വിട തന്നീടുകിനി.

സകലവരേയും
പ്രണമിച്ചിനി ഞാൻ
വിടവാങ്ങീടട്ടേ.

മടക്കി നല്കീ
ടട്ടേ വീടിൻ
താക്കോൽ ഞാനിപ്പോൾ,

അതിന്റെ അവകാശം
ഞാൻ മേലിൽ
കൈയിൽ വയ്ക്കില്ല.

എനിക്കു വേണ്ടത്
സകലരുമേകും
ആശിസ്സുകൾ മാത്രം.

അയൽപക്കക്കാ-
രായീ നമ്മൾ
ഇവിടേറിയ കാലം.

തന്നതിലേറെ-
യിവിടെ നിന്നും
തിരിച്ചുവാങ്ങീ ഞാൻ.

രാത്രി കഴിഞ്ഞൂ,
വെളിച്ചമായീ,
ഗൃഹദീപം കെട്ടൂ.

വിളി കേൾക്കുന്നൂ
വീണ്ടും ദൂരാൽ,
വിടവാങ്ങട്ടെ ഞാൻ.

94

വിട പറയുന്നു ഞാൻ സകലവരും
വരിക തന്നീടുവാൻ യാത്രാമൊഴി.

പുലരി വന്നൂ, വാനമരുണാഭമായ്,
വഴിയിതാ തെളികയായെന്റെ മുന്നിൽ.
ചകിതരാകരുതാരു, മെന്തുമായ് ഞാൻ
മറയുന്നുവെന്നുള്ള ചിന്ത മൂലം.
പിരിയുന്നു ഞാൻ കനൽക്കരളുമായി,
കരുതിടാതൊന്നുമെൻ മടിശീലയിൽ.
നവവരനെപ്പോലെ മാലചാർത്തി
പഥികനെപ്പോലെ ചമഞ്ഞൊരുങ്ങി.

വഴിയിലാപത്തുകൾ - വിനകൾ - വരാം,
കരൾ നീറലില്ലെനിക്കതിലൊന്നിലും.
വഴിയാത്ര തീരുന്ന നേരമായാൽ
വരുമന്തിതാരകം വാനിടത്തിൽ.
പടിവാതിലിൽനിന്നു കേൾക്കുമപ്പോൾ
കരുണാർദ്രമധുരമാമന്തിരാഗം.

95

വിസ്മയമരുളും
ഈ സംസാര-
മഹാസൗധത്തിന്റെ

ഗോപുരവാതിലിൽ
ഞാനെന്നെത്തീ?
നിശ്ചയമതിലില്ല.

ഒരു വൻകാട്ടിൽ
രാത്രിയിലൊരു പൂ
വിരിയുന്നതുപോലെ,

ഈ വിശ്വത്തിൻ
അജ്ഞേയതയുടെ
ഇതേ മടിത്തട്ടിൽ,

ഏതോ വലിയൊരു
പ്രഭാവമെന്നെ
വിടർത്തിവിട്ടല്ലോ.

വെളിച്ചമണയേ
മിഴികൾ തുറന്ന്
ഞാനെഴുന്നേറ്റപ്പോൾ,

ഹേമാങ്കിതയാം
നീലാംബരിയാം
ലോകം കണ്ടല്ലോ.

അറിയാൻ കഴിയാ-
തുള്ള രഹസ്യം
അപാരമാം രഹസ്യം,

അമ്മമുലപ്പാൽ
പോലറിയും ഞാൻ
എന്നുമറിഞ്ഞല്ലോ.

രൂപമെഴാതെയു-
മറിവിൽ വരാതെയു-
മരുളും വൻശക്തി,

എന്നുടെ മുന്നിൽ
പെറ്റമ്മയുടെ
വടിവിലണഞ്ഞല്ലോ.

മൃത്യുവുമെന്തെ-
ന്നറിവീലാ ഞാൻ
പേടിക്കുന്നതിനാൽ,

ലോകത്തൊടു വിട
പറയുന്നേരം
കണ്ണുകൾ നിറയുന്നൂ.

ജീവിതമോ നീ-
യെന്തേതാണെ-
ന്നെന്നൊടു പറയുന്നൂ.

അതിന്റെ കരവല
യംകൊണ്ടെന്നെ
പിടിച്ചു നിർത്തുന്നു.

"ഹേ മൂഢാ നി-
ന്നറിവില്ലാതെ,
നിൻ മനമറിയാതെ,

ജനനം മുതലേ
നിന്റേതായ് ഈ
ലോകം തന്നല്ലോ."

അപരിചിതന്റെ
മുഖം കാണുന്നൂ
മരണദിനത്തിൽ ഞാൻ,

അടുത്ത നിമിഷം
പരിചിതമായതു
താനേ മാറുന്നൂ.

മരണത്തെയും
സ്നേഹിക്കും ഞാൻ
ജീവനെയെന്നതു പോൽ.

ശിശു കരയുന്നു
ചുണ്ടിൽനിന്നും
മുലഞെട്ടടരുമ്പോൾ

മറ്റേ മുല നുണ-
യാൻ കിട്ടുമ്പോൾ
നിലവിളി നില്ക്കുന്നൂ.

96

എനിക്കു പറയാൻ കഴിയണമിങ്ങനെ
വിടവാങ്ങും ദിവസം.

എനിക്കു കാണാനിവിടെ ലഭിച്ചവ-
യസുലഭമാണെന്നും,
ഇവിടെയെനിക്കു ലഭിച്ചതു സകലം
നിസ്തുലമാണെന്നും,
ഈ പ്രകാശക്കടലിൻ നടുവിലെ
ശതദലപത്മത്തിൻ
പൂന്തേനുണ്ടതിനാലേ തൃപ്തി-
യടഞ്ഞോൻ ഞാനെന്നും...

എനിക്കു പറയാൻ കഴിയണമിതു ഞാൻ
വിടവാങ്ങും ദിവസം.

വിശ്വസ്വരൂപൻ തന്നുടെയത്ഭുത-
കേളീവേദികയിൽ
കയറിപ്പലപല വിചിത്രലീലകൾ
കളിക്കുവാനായീ.
സ്പർശാതീതൻ തന്നുടെ സ്പർശം
വപുസ്സിലേല്ക്കാനായ്.
തീരണമെങ്കിൽ തീരട്ടെ ഈ
ജീവിതമിവിടെന്നും...

എനിക്കു പറയാൻ കഴിയട്ടങ്ങനെ
വിടവാങ്ങും ദിവസം!

97

ഒരുമിച്ചു നമ്മൾ കളിച്ച കാലം
നീയാരാണെന്നു ഞാനോർത്തതില്ല.
ഭയമന്നു തോന്നീല നാണക്കേടും
മധുരിതമായിരുന്നന്നു കാലം.

എത്ര പ്രഭാതത്തിൽ ചങ്ങാതിയായ്
വന്നു നീ തട്ടിയുണർത്തിയെന്നെ!
എത്ര വനികളിൽ ഉത്സാഹിയായ്
നിന്നൊപ്പം ഞാൻ നീളേ നൃത്തമാടീ!

നീ പാടും പാട്ടിന്റെയന്തരാർത്ഥം
ഞാനൊട്ടും കണ്ടില്ലറിഞ്ഞതില്ലാ.
എന്നിട്ടും ഞാനവയേറ്റു പാടീ
അസ്വസ്ഥയായെന്നും നൃത്തമാടീ.

കളിയെല്ലാം തീർന്നപ്പോഴെന്റെ മുന്നിൽ
കണിയായി ഞാൻ കണ്ട കാഴ്ചയെന്ത്?
മിണ്ടാതെ നില്ക്കുന്ന നീലവാനം
നിശ്ശേഷ്ടരാം സൂര്യചന്ദ്രന്മാരും.
നിൻ കാലടികളിൽ കൺകൾ ചേർത്ത്
തലതാഴ്ത്തി നില്ക്കുന്നൊരെൻ ലോകവും!

98

നിന്റെ ശിരസ്സിൽ ഞാനണിയിക്കും
എന്റെ പരാജയപുഷ്പങ്ങൾ.
ഞാനിനിയെങ്ങനെ ദൂരാൽ നില്ക്കും
ഞാനെന്നുള്ളൊരു ഭാവവുമായ്?

എന്നഭിമാനം വാർന്നൊഴുകീടും
നെഞ്ചം നോവിൽ വീണടിയും.
ശൂന്യതനിറയും ഹൃദയത്തിന്റെ
വേണുവിൽനിന്നും പാട്ടുയരും.
എൻ മിഴിനീരിൽ ശില ജലമാകും
ഞാനിതു താനേയറിയുന്നൂ.
താമരയിതളുകൾ താനേ വിരിയും
തടയാനരുതതു തേൻ ചൊരിയും.
ഗഗനം നിറയും ആരുടെയോ മിഴി-
യെനിക്കു നേരേ നീണ്ടുവരും.
വീടിനു വെളിയിലിറങ്ങാനെന്നെ
സ്വരമില്ലാതെ വിളിച്ചീടും.

പിന്നീടൊന്നും ശേഷിക്കില്ല
നിൻ കാല്ക്കൽ ഞാൻ വീണടിയും!

99

പങ്കായം ഞാൻ നിലത്തു വെച്ചാൽ
നിശ്ചയമങ്ങതു കൈയേല്ക്കും.
വന്നെത്തീടും വരേണ്ടതൊക്കെ
പന്തയമെല്ലാം ഫലഹീനം.

വിടുവാനുള്ളതു വിട്ടേകളയുക
ഏല്ക്കുക നിശ്ശബ്ദം തോല്വി.
ഭാഗ്യംകൊണ്ടീ സ്ഥാനം കിട്ടീ
പ്രീതിയൊടിവിടെയിരിക്കാം ഞാൻ.

എന്റെ വിളക്കിതു താനേയണയും
തിരി തെളിയിക്കാൻ ഞാൻ വലയും.
ചേലാഞ്ചലമിതു താഴെവിരിച്ച്
കൂരിരുളിൽ ഞാൻ നില്ക്കുന്നൂ.

ഇഷ്ടം തോന്നി നീ വന്നെങ്കിൽ
ഇത്തിരിയിവിടെയിരുന്നെങ്കിൽ!

100

അരൂപിയാകും രത്നം തേടി
രൂപക്കടലിൽ ഞാൻ മുങ്ങീ.
പൂതൽത്തോണിയുമായിക്കടവുകൾ
തോറും ഞാനിനിയലയില്ലാ.
തിരകൾക്കിടയിലെ സാഹസസാഗര-
ക്രീഡകൾ ഞാൻ നിർത്തുകയായീ.

അമൃതത്തിന്റെയഗാധത പൂകി-
യമരത്വം പുല്കട്ടെ ഞാൻ.
കേൾക്കാനരുതാപ്പാട്ടുകളെന്നും
പൊന്തും സഭയിൽ ഞാനണയും.

ജീവിതവല്ലകി മീട്ടിയൊരന്തിമ-
ദാരുണഗീതം ഞാൻ പാടും.
നിശ്ചലമാം നിൻ കാല്ക്കീഴിൽ
വല്ലകിയിതു ഞാൻ നേദിക്കും.

101

ഈ ജന്മത്തിൽ പല നാളുകളിൽ
ഈ ഗാനങ്ങളിലൂടെ,
നിന്നെത്തേടുകയാകുന്നൂ ഞാൻ
മനസ്സിന്നുള്ളിൽ വെളിയിൽ.

ഈ ഗാനങ്ങൾ നയിക്കുന്നെന്നെ
വീടുകൾ കതകുകൾ തോറും.
ഈ ഗാനങ്ങളിലൂടെ നടപ്പൂ
ഞാനീ ലോകം മുഴുവൻ.

ഈ ഗാനങ്ങൾ പഠിപ്പിക്കുന്നു-
ണ്ടേറിയ പാഠം പലതും.
ഈ ഗാനങ്ങൾ കാണിക്കുന്നൂ
ഞാൻ കാണാവഴിയോരം,
ഹൃദയാകാശപഥത്തിലുദിക്കും
താരകദീപാവലിയും.

വൈചിത്ര്യങ്ങൾ സുഖദുഃഖങ്ങൾ
നിറഞ്ഞ ലോകം കാട്ടി,
ഈ ഗാനങ്ങൾ ഇവിടെത്തിച്ചൂ
ഈ പകലറുതിയിലെന്നെ,
മോഹനമായ മഹാസൗധത്തിൻ
ഈ നടവാതിലിനരികിൽ.

102

നിന്നെയറിയുമെന്നെപ്പൊഴും ഞാൻ
കണ്ടവരോടൊക്കെ വീമ്പിളക്കി.
എന്റെ എണ്ണച്ഛായച്ചിത്രങ്ങളിൽ
നിന്നെയവർ കണ്ടു വീണ്ടും വീണ്ടും.

ചിലരൊക്കെ ചോദിച്ചു നീയാരെന്നും
പരിചയം നാം തമ്മിലെന്താണെന്നും.
വാക്കുകൾ കിട്ടാതെ ഞാൻ കുഴഞ്ഞു
'ഞാനെന്തറിഞ്ഞെ'ന്നൊഴിഞ്ഞുമാറി.
അതു കേൾക്കേയവരൊക്കെ ചിരിപൊഴിച്ചു
പലതും പറഞ്ഞെന്നെയവമതിച്ചു.

എന്റെ കാവ്യങ്ങളിലെത്ര വട്ടം
നിന്നപദാനങ്ങൾ പൊന്തിവന്നു.
ഉള്ളിൽ രഹസ്യമൊളിച്ചു വയ്ക്കാൻ
എന്തുകൊണ്ടോയെനിക്കാവതില്ല.

ചിലരൊക്കെ ചോദിച്ചു, "നിൻ പാട്ടിന്ന്
പറയുവാനായിട്ടൊരർത്ഥമുണ്ടോ?"
മറുപടി ഞാൻ നല്കി, യിത്രമാത്രം
"ഇതിനർത്ഥം പറയുവതെങ്ങനെ ഞാൻ?"

അവരൊക്കെ ചിരിതൂകിപ്പോകുന്നേരം
ഇവിടിരുന്നവിടുന്നും ചിരിതൂകുന്നു.
അവിടത്തെ ഞാനറിയില്ലയെന്ന
പരമാർത്ഥം പറയുവതെങ്ങനെ ഞാൻ?

ചില നേരമങ്ങെന്നെ നോക്കിനില്ക്കും
ചില നേരമരികത്തു വന്നുനില്ക്കും.
കുളിർനിലാവൊഴുകുമ്പോൾ മുഴുതിങ്കളിൽ
നിൻ രൂപം കാണ്മതായ് ഞാൻ നിനയ്ക്കും.
അപ്പോഴെല്ലാമെന്റെ നെഞ്ചിന്നകം
സന്തോഷംകൊണ്ടു തുടിതുടിക്കും.
കണ്ണുകൾ കാരണമൊന്നുമില്ലാ-
തേതോ വിഷാദത്താൽ കൂമ്പിപ്പോകും.
അവിടത്തെക്കാലടി നെഞ്ചകത്തിൽ
പതിയുന്നതായിട്ടും തോന്നിപ്പോകും.

കരമാലയണിയിച്ചു നിന്നെയെന്റെ-
യരികത്തു നിർത്താൻ ഞാനാഗ്രഹിച്ചു.
ഒഴുകുമെൻ സംഗീതനിർഝരിയിൽ
നിന്നെത്തഴുകാൻ മോഹിച്ചുനിന്നു.
എന്നിട്ടും സൗവർണ്ണഛന്ദസ്സിന്റെ
പൊൻവല വീശാനേ സാധിച്ചുള്ളൂ.

ഞാനെന്റെ പുല്ലാങ്കുഴലിലൂടെ
കോമളരാഗങ്ങളാലപിച്ചു.
എങ്കിലുമങ്ങയെ പ്രാപിക്കുവാ-
നായില്ലെന്നാണെന്റെ ശങ്കയിപ്പോൾ.

സാരമതിനൊന്നും ഞാൻ നല്കില്ല
അവിടത്തെയിഷ്ടം നടന്നീടട്ടെ.
അപ്രാപ്യനാണു നീയെന്നാണെങ്കിൽ
എൻ ഹൃദന്തത്തിനെയാകർഷിക്കൂ.
അവിടുന്നറിഞ്ഞാലുമില്ലെങ്കിലും
എൻ പ്രാണനപ്പോൾ രോമാഞ്ചംകൊള്ളും.

103

പ്രഭോ!
എന്റെ ഈ ശരീരം
ഒരേയൊരു പ്രണാമത്താൽ
നിന്റെ വിശ്വത്തിന്റെ മുന്നിൽ
ഞാൻ നേദിക്കട്ടെ.
ജലഭാരംകൊണ്ടു ചായും
വർഷകാലമുകിൽപോലെ
ഹൃദന്തം നിൻ ശ്രീകോവിലിൽ
സമർപ്പിക്കട്ടെ.
എൻ ഗീതങ്ങൾ
ശൈലി വിട്ടു
ദുഃഖാർദ്രസ്വരങ്ങൾതേടി
നാഥാ!
മൂകസാഗരത്തിൽ
ചെന്നു വീഴട്ടെ.
മാനസസരസ്സുതേടും
രാജഹംസംപോലെൻ പ്രാണൻ
മൃത്യുവിന്റെ മറുകരെ
ചെന്നുപറ്റട്ടെ.

'**പ്രി**യതരഗാനം പാടാനിതുവരെ
സമയമണഞ്ഞീലാ.
സ്വരസാധനയിൽ മുഴുകി, പ്പാടാൻ
കൊതിയൊടിരിപ്പൂ ഞാൻ.'

www.ingramcontent.com/pod-product-compliance
Lightning Source LLC
LaVergne TN
LVHW100249051026
849517LV00006B/2037
* 9 7 8 9 3 8 8 4 8 5 2 3 4 *